AF270727

日本語能力試験・日本留学試験
読解対策シリーズ
JLPT/EJU reading comprehension series
JLPT/EJU 阅读理解系列措施
JLPT/EJU biện pháp đọc hiểu loạt
英語・中国語・ベトナム語
対訳付き

日本語 N5 文法・読解 まるごとマスター

Japanese Language Proficiency Test N5 Reading Compulsory Pattern
日语能力考试 N5 读解 必修的模式
Bài kiểm tra trình độ tiếng Nhật bản N5 cách đọc Mô hình bắt buộc

水谷信子 著

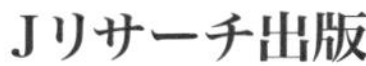

Jリサーチ出版

はじめに

Foreword
前言
Lời mở đầu

　日本語の教材のうち、会話関係の教材はかなり出版されていますが、読解の学習書は少ないのが現状です。これは、読解力の向上に必要な、あるいは有効な学習法の開発があまり進んでいなかったからかもしれません。読解力をつけるための学習法を開発して、意欲的な学習者の皆さんの役に立ちたいという願いから、出版社の方々と努力してきましたが、ようやく今回、一定の成果をまとめることができました。この読解シリーズを皆さんにお届けすることができるのは、日本語教材の開発に従事してきた者としてほんとうに嬉しいことです。

　この教材の特色は、読解力を高めるため、文法項目を整理しながら実際の文例に即した学習ができるように工夫したことです。また、文を構成する各要素の関係を図解によって理解できるようにしました。文の成り立ちををよく理解し、重要な文法項目をひとつずつものにしていくように構成し、文の中の重要な文法項目を着実に理解し、次第に文の長さや文法項目の複雑さを克服していくようにつとめました。少しずつステップアップしながら学習を進めていくことにより、むだなく文章の理解力を高めていくことができます。どうぞ、本書を活用して、読解力を伸ばしていってください。

水谷信子

While there are many Japanese-language instructional materials that focus on conversational relationships, there are still few study books about reading comprehension. This could be because the development of study methods needed to improve one's reading ability, or to do so in an effective way, had not been particularly advanced. We have worked together with various publishers in order to fulfill our wish to be of use to ambitious and motivated students of Japanese by developing study materials that can improve reading ability, and we have been able to consolidate our results here at last. As someone who is engaged in the development of Japanese-language teaching materials, it makes me truly happy to be able to present all of you with this reading comprehension series.

What sets these materials apart is the way it has been designed, organizing grammar items together while being based on real sample sentences in order to improve your reading comprehension ability. We have also provided diagrams to allow you to understand the relationship between the various elements used to construct sentences. We have worked to enable you to thoroughly understand how sentences are organized, putting this book together in a way that important grammatical items are presented one at a time so you can steadily understand them as they appear in sentences, allowing you to then overcome long sentences and complex grammar. By gradually increasing the level of material presented as you study, you will be able to effectively improve your understanding of Japanese compositions. Please make full use of this book to better your reading comprehension skills.

水谷信子

当前，在日语教材中，有关会话方面的教材出版得很多，可是阅读理解方面的却很少。这也许是因为提高阅读理解能力所需要的或者说其有效的学习方法还没有得到开发。从开发提高阅读能力的学习方法，来帮助有学习欲望的人们这个愿望出发，我们与出版社的各位共同努力，终于有了一定的成果。这个系列能展现在读者面前，作为一个日语教材开发的从事者，感到由衷的喜悦。

本教材的特色是为了提高阅读理解能力，归纳语法项目的同时，在针对实际的例句立刻进行练习上下了很大的功夫。并且将构成句子的各种因素通过图解进行理解。认真理解句子的构成，将重要的语法项目逐一展开，并着实加以理解，会逐渐的克服长句子及复杂的语法项目。通过一点一点的学习积累，读解能力一定会得到提高。请应用此书，提高您的阅读理解能力。

水谷信子

Trong những tài liệu giáo trình học tiếng Nhật, dù đã có nhiều tài liệu liên quan đến hội thoại được xuất bản, nhưng tài liệu về đọc hiểu thì không có nhiều. Đây có thể là do việc nghiên cứu phương pháp học cần thiết hoặc có ích để nâng cao khả năng đọc hiểu chưa được phát triển. Từ mong muốn phát triển một phương pháp học nhằm nâng cao năng lực đọc hiểu nhằm giúp các học viên có hoài bão học tập, cùng với sự hợp tác của nhà xuất bản, cuối cùng cũng đã đạt được một kết quả nhất định. Là một người tham gia nghiên cứu về giáo trình tiếng Nhật, tôi rất vinh dự khi có thể đưa được bộ giáo trình đọc hiểu này đến các bạn.

Đặc trưng của bộ giáo trình này là giúp bạn nâng cao năng lực đọc hiểu bằng cách vừa sắp xếp lại các mẫu ngữ pháp, vừa có thể học dựa trên các ví dụ thực tế. Ngoài ra, bộ sách cũng giúp bạn hiểu được mối quan hệ của các yếu tố cấu thành nên câu văn thông qua các sơ đồ giải thích. Thông qua giáo trình này bạn sẽ có thể dần dần vượt qua những đoạn văn dài hoặc sự phức tạp của các mẫu ngữ pháp bằng cách hiểu rõ cấu trúc câu và từng mẫu ngữ pháp quan trọng trong câu. Với việc tiến từng bước nhỏ một trong học tập, bạn có thể nâng cao khả năng đọc hiểu mà không có bất cứ sự lãng phí nào. Hi vọng các bạn có thể nâng cao khả năng đọc hiểu của mình thông qua giáo trình này.

水谷信子

目次
もく じ

Table of Contents
目录
Mục lục

目 次　Contents ／目录／ Mục lục

PART 2　実践！ 読解トレーニング　情報編
Try it for Real! Reading Comprehension Training: Information Section　**23**
实践！读解训练　情报篇
Thực tiễn! Luyện tập đọc hiểu　Tập Thông tin

この 本の 使い方
ほん つか かた

● この課のタイトル／ Title of This Lesson ／本课的标题／ Tên bài

「Grammar Target」から主なものを一つ取り上げ示しています。

Points out and indicates one major element from 「Grammar Target」.

表示从「Grammar Target」的主要内容中抽出其中的一个。

Nêu ra một câu chính trong phần「Grammar Target」.

● モデル文章／ Model sentences ／模式文章／ Đoạn văn mẫu

「Grammar Target」を含む文章の例です。

Example sentences including 「Grammar Target」.

包含「Grammar Target」内容在内的文章的例子。

Là đoạn văn mẫu bao gồm các đề mục ngữ pháp có trong「Grammar Target」.

● Grammar Target

この課で取り上げた N5 レベルの文法項目です。

N5 level grammar items discussed in this lesson.

是指本课所提示的 N5 水平的语法项目

Là những đề mục ngữ pháp trình độ N5 có trong mỗi bài.

PART 1 実践！読解トレーニング 文章編 §1 (L1-10)

Lesson

① 主語の 省略
しゅ ご しょうりゃく
Omitting Subjects
主语的省略
Lược bỏ chủ ngữ

Grammar Target
- Nは N です
- 主語の 省略 ・ Nの N
- N［ばしょ］に

❶わたしは A大学の 留学生です。❷きょねんの 3月に、日本に 来ました。
だいがく りゅうがくせい がつ にほん き

❶ *Watashi wa Ē-daigaku no ryūgakusē desu.* ❷ *Kyonen no san-gatsu ni, nihon ni kimashita.*

Vocabulary

☐ 大学 *daigaku* University／大学／trường đại học

☐ きょねん *kyonen* Last year／去年／năm ngoái

☐ 留学生 *ryugakusē* Exchange student／留学生／lưu học sinh

N₁は N₂です N₁ is N₂.／N₁是 N₂。／N₁ là N₂。

Ⓔ Used when saying N₁'s name, nationality, occupation, and more. The 「は」 in 「N₁ は」 is a particle that indicates the subject.

Ⓒ N₁ 是在介绍姓名、国籍、及职业等时使用。「N₁ は」的「は」是助词，表示主语。也

Ⓥ Là mẫu câu được sử dụng khi giới thiệu về tên, quốc tịch hoặc nghề nghiệp v.v.. của N₁.「は」trong「N₁ は」là trợ từ chỉ chủ ngữ.

EX1 かのじょは ベトナム人です。(She is Vietnamese.／她是越南人。／Cô ấy là người Việt Nam.)
じん

EX2 父は いしゃです。(My father is a doctor.／我父亲是医生。／Bố tôi là bác sĩ.)
ちち

Ⓔ Also memorize the following structures:

Ⓒ 请记住下面的句型。

Ⓥ Hãy nhớ thêm các dạng sau.

- N₁ は N₂ ではありません。[否定文] (N₁ is not N₂. [Negative sentence]／N₁不是 N₂。[否定句]／N₁ không phải là N₂。[câu phủ định])
ひ ていぶん
- N₁ は N₂ ですか。[疑問文] (Is N₁ N₂? [Interrogative sentence]／N₁是 N₂ 吗？[疑问句]／N₁ có phải là N₂ không? [câu nghi vấn])
ぎ もんぶん

主語の 省略 Omitting Subjects／主语的省略／lược bỏ chủ ngữ
しゅ ご しょうりゃく

Ⓔ Subjects are often omitted when it is already clear what the subject is.

Ⓒ 在明确主语是什么的情况下，主语可以多次省略。

Ⓥ Chủ ngữ thường được lược bỏ khi nó đã được làm rõ ràng.

EX かれは カルロスです。（かれは） わたしの 友だちです。
とも

He is Carlos. (He is) my friend.／他是卡尔劳斯，是我的朋友。／Ví dụ: Anh ấy là Calros. (Anh ấy) là bạn của tôi.)

24

文法のキー項目／ Key Grammar Items ／语法的关键项目／ Chìa khoá ngữ pháp

「Grammar Target」に掲げた項目の説明です。

Explanations of items Printed in 「Grammar Target」

是列举在「Grammar Target」中所提项目的说明。

Là phần giải thích về các để mục có trong「Grammar Target」.

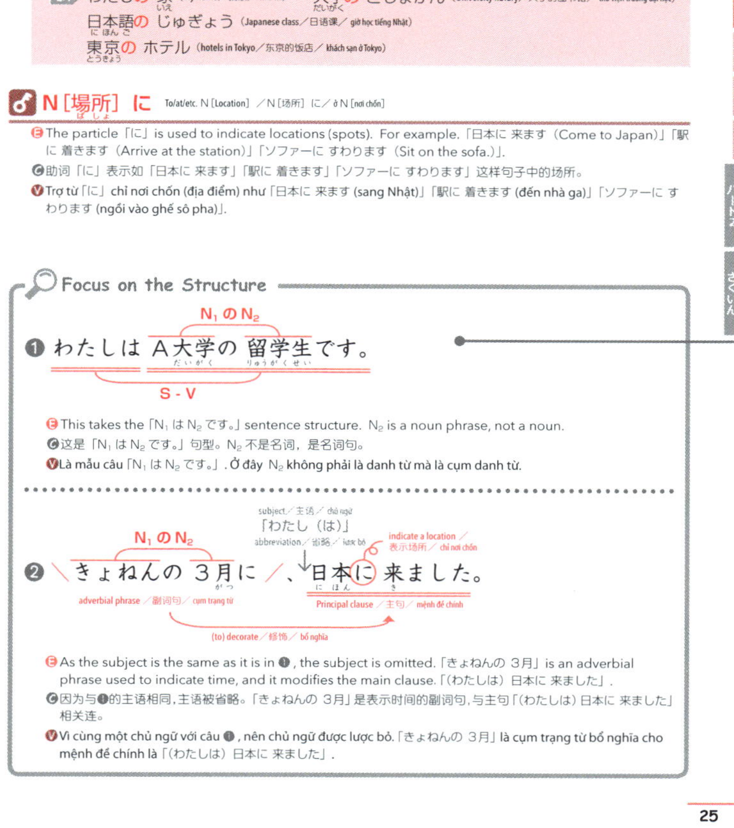

Focus on the Structure

モデル文章から 1 〜 3 の文を取り上げ、文の構造や修飾関係を説明しています。

Discusses 1~3 sentences from model sentences, and describes sentence structure and/or modifier relationship.

从模式文章抽出 1 〜 3 个句子来说明句子的构造及修饰关系等。

Đưa ra câu 1~3 trong đoạn văn mẫu, giải thích về cấu trúc hoặc mối quan hệ bổ nghĩa của câu.

✳ 主な 記号など Major Symbols, Etc. ／主要的记号等／ Những ký hiệu chính

記号	日本語	English	中文	Tiếng Việt
↷ ↷	修飾 / 動詞→目的語	Modifier / Verb → object	修饰 / 动词→宾语	bổ nghĩa / động từ → tân ngữ
[ ]	名詞句	Noun Phrase	名词句	cụm danh từ
〈 〉	句	Passage	句	cụm từ
\ /	副詞、副詞句	Adverb, adverbial phrase	副词，副词句	trạng từ, cụm trạng từ
《 》	接続詞	Conjunction	连词	liên từ
〔 〕	節	Clause	节	mệnh đề
◯◯	助詞	Particle	助词	trợ từ
☐	修飾される 語	Modified word	被修饰语	từ được bộ nghĩa
══	主節	Principal clause	主节	mệnh đề chính
S - V	主語ー述語 / 主語ー述部	Subject - Predicate	主语ー谓语 / 主部ー谓部	chủ ngữ-vị ngữ
グレーの字 Gray characters／灰体字／ chữ in màu xám	省略された 語句	Omitted words	被省略的语句	cụm từ được lược bỏ

✳ 主な 略称 Main Abbreviations ／主要略称／ cách nói tắt chủ yếu

略称	日本語	English	中文	Tiếng Việt
V	動詞	Verb	动词	động từ
A	イ形容詞	*I*-adjective	イ形容词	tính từ đuôi I
NA	ナ形容詞	*Na*-adjective	ナ形容词	tính từ đuôi NA
N	名詞	Noun	名词	danh từ
Vます	動詞の ます形	Masu form of a verb	动词的ます形	thể MASU động từ
Vて	動詞の て形	Te form of a verb	动词的て形	thể TE động từ
Vた	動詞の た形	Ta form of a verb	动词的た形	thể TA động từ
Vる	動詞の 辞書形	Dictionary form of a verb	动词的词典形	thể từ điển động từ

序章　日本語の特徴と基本ルール ＋読解のカギ

　日本語の特徴と基本ルールとはどんなことか。それを理解しておくことが読解の基礎につながります。つぎに述べるようなことです。まず、それを最初につかんでおきましょう。ごく簡単なことですが、正しく理解することで、あなたが読解力を身につけていくうえでプラスとなるでしょう。

1 性差・単複・人と物の区別はない

　日本語では、文法的に男性と女性の区別はありません。たとえば、「山」は男性、「海」は女性というような区別をしません。また、「本」と言うとき、１冊か２冊かで言い方が変わるということはないし、人間と物とで文法的に言い方を区別することもありません。その点で、日本語は大変おおらかで自由です。学習が楽だという感じがするかもしれません。

2 日本語の文は３種類

　日本語の文は３種類。すなわち、名詞文・動詞文・形容詞文に分かれる、と言うことができます。これは、文がどう終わるか、と ｄ いうことです。「わたしは学生だ」という文なら、「学生」は名詞ですから名詞文、「大学でべんきょうする」なら〈べんきょうする＝動詞〉で動詞文、「空はきれいだ」なら〈きれい＝形容形〉で形容詞文です。このように、シンプルに３つに分類することができます。

3 日本語の語順

　日本語の語順は、一言で言えば、かなり自由です。「きょうはほんとうにいい天気ですね。」という文も、会話などでは「いい天気ですね、きょうはほんとうに。」と言うことができますし、「彼にはっきり言った。」も「はっきり彼に言った。」と言うこともあります。ただ、「言った、はっきり、に、彼」のように無限に変えたりすることはできません。

4 わかっていることばの省略（主語・名詞・助詞）

　日本語では、言わなくてもわかっていることばは省略します。「これからお出かけですか。」と言うときなど、相手がだれか、わかっていれば、「田中さんは」のように主語は言いません。天気や時間を言うときなど、英語では”it”を立てますが、日本語では主語を立てず、ただ「6時です。」と言います。主語だけでなく、名詞や助詞も、わかっているときは省略されます。

　このように、日本語では主語を立てないことがありますが、どれが主語か、はっきりしないこともあります。主語を示さない、特定しない傾向があるのも、日本語の特徴の一つといえるでしょう。

5 日本語の最大の特徴―― ”助詞”

　助詞、いわゆる「テニヲハ」は、日本語の最大の特徴です。これらの短い語が大きな働きをします。「これに」と言うか、「これを」と言うかで、文の意味がすっかり違ってしまいます。助詞の学習をおろそかにしては、日本語の文を適切に使うことができません。逆に言えば、助詞の学習がよくできていれば、日本語を使いこなすことが可能になります。

6 動詞のあとに情報が足されている

　日本語では、文は動詞などで終わりますが、動詞だけで文を完成させるわけではありません。たとえば、「行く」という動詞だけで文が終わることは少なくて、「行くつもりです」とか「行くかどうか、決まっていません」のように、重要な情報が動詞のあとに足されていきますので、動詞のあとに来るものにも注意を払うことが大切になります。

読解のカギ

　上に述べたことにも関連しますが、読解のカギといえるいくつかのポイントをふまえて練習をすると、より効果的です。

❶ 助詞に強くなる

　助詞の意味や用法を理解することで、文の構造や意味を正しく、スムーズにとらえることができます。また、文型なども覚えやすくなります。

❷ 動作主をとらえる

　日本語では主語をはじめ、動作主が省略されることが多いです。また、二人称と三人称を取り違えやすいので、注意です。

❸ 人物の関係をとらえる

「誰が？」「誰に？」「誰を？」「"わたしたち"とは誰？」など、人物の関係をしっかりとらえましょう。

❹ 動詞や形容詞の形を覚える

動詞や形容詞は文の中で形を変えながら、さまざまな意味や機能を持ちます。それらの変化のパターンを覚えましょう。

❺ 省略のパターンを覚える

日本語では文脈がより重視されます。それをふまえ、省略のパターンをつかみ、慣れるようにしましょう。

❻ 文の切り方を覚えて

日本語では単語ごとに区切って書きません。慣れるまで、「／」を入れて文を切るなどの練習をするといいでしょう。

❼ 節や句をとらえる

単語レベルだけでなく、一定の意味とまとまりを持つ句や節でとらえることも不可欠です。

❽ 単純な形に置き換える

複雑な文も長い文も、単純な形に置き換えられます。そうすることで、文の構造を的確につかむことができます。

❾ 5W1Hを把握する

「誰が」「いつ」「どこで」「何を」「なぜ」「どのように」を確認しながら読むと、話を整理しやすいです。

❿ 修飾関係を把握する

何が何をどんな形で修飾しているのか。それを正しくつかむことで、複雑な文も理解することができます。

⓫ 指示語の内容をとらえる

指示語の内容を的確にとらえることは、会話でも文章でも非常に重要です。そのため、試でもよく問われます。

⓬ つなぐ言葉をマスターする

接続表現は文章の展開に大きな役割を持ちますが、同時に、文章を理解するうえでも重要なポイントになります。

Traits and Basic Rules of Japanese + The Key to Reading Comprehension

What are the traits and basic rules of Japanese? Understanding them will help form a base to understanding reading comprehension questions. They are as follows, so begin by trying to comprehending them. While they are simple, understanding them correctly will benefit you as you gain reading comprehension abilities.

1 性差・単複の区別はない

Japanese has no grammatical distinctions between male and female. For example, "mountain" is not male, and "ocean" is not female. また、「本」と言うとき、１冊か２冊かで言い方が変わるということもありません。In this sense, Japanese is very tolerant and free. It may feel as though it is easy to learn.

2 The Three Types of Japanese Sentences

There are three types of Japanese sentences. In other words, they can be split into nominal sentences, verbal sentences, and adjectival sentences. This is determined by how a sentence ends. For a sentence such as 「わたしは 学生だ」 (I am a student), 「学生」 is a noun, so it is a nominal sentence. 「大学で べんきょうする」 (I study at university) is a verbal sentence 〈べんきょうする＝ verb〉, and 「空は きれいだ」 (The sky is pretty) 〈きれい＝ adjective〉 is an adjectival sentence. Sentences can be simply divided into three categories as such.

3 Word Order in Japanese

Simply put, word order in Japanese is free. Even a sentence such as 「きょうは ほんとうに いい 天気ですね。」 (The weather is truly nice today) can be said in conversation as 「いい 天気ですね、きょうは ほんとうに。」 (The weather is nice today, it really is), while 「彼に はっきり 言った。」 (I said it to him clearly) can be phrased 「はっきり 彼に 言った。」 (Clearly, I said it to him). However, words cannot be switched around in any order at all such as 「言った、はっきり、に、彼」.

4 Omitting words that are known (Subjects, nouns, particles)

In Japanese, words that are known without needing to be said are omitted. For example, when saying something like 「これから お出かけですか。」 (Going out from now?), if the person being referred to is known, a subject such as 「田中さんは」 (Tanaka-san, are you) is not said. The word "It" is used in English in place of the weather or time, and this is also true in Japanese, where a subject is not used and 「6時です。」 (It is 6.) is simply said. In addition to subjects, nouns and particles are omitted when known.

Subjects are sometimes not used in Japanese in this way, but sometimes it is not clear what the subject is. The tendency to not indicate or specify a subject could be said to be one of the special traits of the Japanese language.

5 Particles: Japanese's Biggest Trait

Particles, or what some call 「テニヲハ」, are Japanese's biggest trait. These short words do a great deal of work. The meaning of a sentence changes drastically just by using 「これに」 versus 「これを」. Neglecting to learn about particles will mean that you will not be able to properly use Japanese sentences. On the other hand, this means that learning particles well will make it possible for you to Master the Japanese language.

6 Information is added after a verb

While sentences can end with verbs in Japanese, they do not necessarily end with only verbs. For example, few sentences end with the verb 「行く」 (to go) alone, as important information is added after the verb in forms such as 「行くつもりです」 (I plan to go) or 「行くか どうか、決まって いません」 (I haven't decided whether I will go or not), so it is important to pay attention to what comes after a verb as well.

🔑 Keys to Reading Comprehension

While discussed to some degree above, you can study in a more effective way if you keep a number of keys to reading comprehension in mind as you do.

❶ Become better with particles

By understanding the meaning and rules of use for particles, you will be able to correctly and smoothly understand the construction and meaning of sentences. It will also make remembering sentence patterns easier.

❷ Understand the performer of an action

Performers of actions such as the subject are often omitted in Japanese. Also be careful, as it is easy to mistake the second person for the third person.

❸ Understand relationships between people

Get a solid understanding of the relationships between people, such as "Who?" "To whom?" "Who is 'we'?" and so on.

❹ Remember verb and adjective forms

Verbs and adjectives have various meanings and functions as they change form within a sentence. Remember these varying patterns.

❺ Remember patterns of omission

Context is very important in Japanese. Keep this in mind as you understand how patterns of omission work and become accustomed to them.

❻ Remember how sentences are divided

Japanese is not divided into individual words. It may help to practice dividing sentences with / marks until you feel comfortable.

❼ Understand clauses and passages

It is essential to understand Japanese on not just a word-by-word level, but to also understand the clauses and passages that have a single unified meaning.

❽ Use simple forms to replace complex ones

Complex sentences and long sentences can be replaced in simple forms. Doing this will allow you to accurately understand the construction of a sentence.

❾ Understand 5W1H

You will have an easier time organizing what is being said if you read a passage while understanding Who, What, When, Where, Why, and How.

❿ Understand modifying relationships

What is modifying what, and in what way? Correctly grasping this will allow you to understand even complex sentences.

⓫ Understand the content of demonstratives

Accurately understanding the content of a demonstrative is extremely important in both conversational and written Japanese. For this reason, questions relating to the subject are often asked in tests.

⓬ Master connecting words

Connecting expressions play a major role in developing a composition, and they are also important when understanding what is being said.

序　章　日语的特征、基本规则及读解技巧

掌握日语的特征及基本规则是阅读理解的基础。要事先掌握下面例举的事项，看似简单，只有能正确地理解才能有助提高你的阅读理解能力。

1　性差・单复数没有区分

日语的语法上没有男性女性的区分。比如没有「山」代表男性，「海」代表女性这样的区别。数「书」时，一本、两本的说发也没有变化。所以日语比较自由，不那么严谨，学习起来也许会感到比较轻松。

2　日语的三种句型

日语有三种句型，即名词句・动词句・形容词句。如何判断是要看句子是以什么词结束。比如「わたしは 学生だ／我是学生」是以名词「学生」名词结束，所以为名词句。如果是「大学で べんきょうする／在大学学习」，〈べんきょうする＝動詞〉就是动词句，像「空は きれいだ／天空很漂亮」〈きれい＝形容形〉是形容词句。可以简单地分为这三种句型。

3　日语的语序

日语的语序一句话概括就是比较自由。如「きょうは ほんとうに いい 天気ですね。／今天真是个好天气啊！」这句在会话里可以说成「いい 天気ですね、きょうは ほんとうに。」。「彼に はっきり 言った。／跟他说得很清楚了。」也可以说成「はっきり 彼に 言った。」。只是不能像「言った、はっきり、に、彼」这样无限地改动。

４　不言自明词语的省略（主語・名詞・助詞）

日语中不言自明的词可以省略。比如在说「これから お出かけですか。／您要出去吗？」时，如果知道对方是谁的情况下，「田中さんは」这样的主语不说。说天气、时间等时，英语用"it"来表示，而日语则不强调主语，只说「6時です。」。不仅是主语，名词、助词等在不言自明的情况下也可以省略。

像这样日语中因不强调主语，所以也会有主语不明确的时候。不表示主语及具有不特定的倾向也可以说是日语的特征之一吧。

５　日语的最大特征——"助词"

助词，即「テニヲハ」是日语的最大特征。这些助词虽说很短，却发挥着很大的作用。是说「これに」还是说「これを」，句子的意思会完全不一样。疏忽了助词的学习的话，就说不出正确的日语句子来。相反，认真地学好助词，才能运用自如。

６　动词后追加补充的情报

日语中，句子一般用动词等结句，不过也有只用动词却不能结句的情况。比如只用「行く」来结束句子的比较少，像「行くつもりです」或「行くか どうか、決まって いません」这样，重要的情报被附加在动词后面，因此注意动词后面追加的成分尤其重要。

🔑　阅读理解的关键

与上述相关联，抓住读解关键的几个要点进行练习，效果会更好。

❶ 着重于助词

只有理解助词的意思及用法，才能迅速准确地抓住句子的构造及意思。

❷ 抓住动作实施者

日语中以主语为主，动作的实施着常常被省略。而且第二人称和第三人称常常容易搞错，请注意。

❸ 抓住人物之间的关系

牢牢抓住「誰が？」「誰に？」「誰を？」「"わたしたち"とは 誰？」等人物之间的关系。

❹ 记住动词及形容词的活用形

动词及形容词在句子中根据其活用形不同，意思和功能也不同。请记住各自的活用形。

❺ 掌握省略模式

日语中抓住上下文的关连更重要。掌握其省略的模式，并去适应它。

❻ 掌握句子的断法

日语里不是以每个单词为分界来书写。开始先用「／」来做断句练习，这样会渐渐习惯的。

❼ 抓住"节"与句

不仅要提高单词水平，抓住具有一定意思及有系统的句子及"节"也是不可缺少的。

❽ 转换成单纯易懂的形式

无论是复杂的句子还是较长的句子，可以转换成单纯易懂的形式，这样就能准确地把握句子的构造。

❾ 把握 5W1H

一边确认「誰が」「いつ」「どこで」「何を」「なぜ」「どのように」一般阅读，会容易理解其内容。

❿ 把握修饰关系

什么以什么形式修饰什么，正确地抓住这些，即使是复杂的句子也能理解。

⓫ 抓住指示词的内容

正确地抓住指示词所指的内容，无论是对会话还是阅读都很重要。因此考试题中常常出现。

⓬ 掌握连接用语（接续词）

接续表现对文章的展开起着很重要的作用，同时在文章的理解上也非常重要。

Đặc trưng của tiếng Nhật và các nguyên tắc cơ bản ＋ chìa khoá đọc hiểu

Đặc trưng của tiếng Nhật và các nguyên tắc cơ bản là gì? Việc hiểu được điều đó sẽ giúp tạo nền móng cơ sở cho việc đọc hiểu. Sau đây sẽ nêu ra đặc trưng và các nguyên tắc đó. Trước tiên hãy nắm bắt điều này. Mặc dù là những điều rất đơn giản, nhưng nếu hiểu biết một cách chính xác thì sẽ giúp ích bạn trong việc nâng cao khả năng đọc hiểu.

1 Không phân biệt giống đực và giống cái, số ít và số nhiều.

Trong tiếng Nhật, về mặt ngữ pháp không phân biệt giống đực và giống cái. Tức là không phân biệt như "núi" là danh từ giống đực, "biển" là danh từ giống cái. Ngoài ra, khi nói "sách", thì dù nói về 1 quyển hay 2 quyển thì danh từ "sách" cũng không biến đổi dạng. Với điểm này thì tiếng Nhật rất đơn giản và tự do. Bạn có thể cảm thấy dễ dàng khi học tập.

2 Câu trong tiếng Nhật gồm 3 loại

Câu trong tiếng Nhật gồm 3 loại: câu danh từ, câu động từ và câu tính từ. Nói cách khác, tức là một câu sẽ kết thúc với từ+ loại nào đó trong 3 loại. Ví dụ câu 「わたしは 学生だ (Tôi là sinh viên)」 thì có 「学生」 là danh từ nên đây là câu danh từ, câu 「大学で べんきょうする (Học ở trường đại học)」 thì có 〈べんきょうする＝ động từ〉 nên đây là câu động từ, còn câu 「空は きれいだ (Bầu trời đẹp)」 thì có 〈きれい＝ tính từ〉 nên đây là câu tính từ. Như vậy, chúng ta có thể phân loại thành 3 nhóm một cách đơn giản.

3 Trật tự từ trong tiếng Nhật

Trận tự từ trong tiếng Nhật, nói một cách ngắn gọn, là rất tự do. Ví dụ, câu 「きょうは ほんとうに いい 天気ですね。 (Hôm nay trời thật đẹp nhi.)」 thì trong hội thoại có thể chuyển thành 「いい 天気ですね、きょうは ほんとうに。 (Hôm nay trời thật đẹp nhi.)」. Câu 「彼に はっきり 言った。 (Đã nói rõ ràng với anh ấy.)」 cũng có thể chuyển sang 「はっきり 彼に 言った。 (Đã nói rõ ràng với anh ấy.)」. Tuy nhiên không thể sắp xếp các từ một cách vô hạn như 「言った、はっきり、に、彼」.

4 Lược bỏ những từ đã được làm rõ (chủ ngữ, danh từ, trợ từ)

Trong tiếng Nhật, những từ không cần nói cũng hiểu được sẽ được lược bỏ. Ví dụ trong câu 「これから お出かけですか。 (Giờ bạn đi ra ngoài à?)」, nếu đối tượng câu hỏi được làm rõ ràng thì không cần nói chủ ngữ như 「田中さんは (Bạn Tanaka)」. Khi nói về thời tiết hoặc thời gian, trong tiếng Anh sử dụng "it" làm chủ ngữ của câu, nhưng trong tiếng Nhật thì không cần nói chủ ngữ mà chỉ cần nói 「6時です。 (6 giờ)」. Không chỉ là chủ ngữ, danh từ hoặc trợ từ cũng có thể được lược bỏ khi nó đã được làm rõ ràng.

Như vậy, trong tiếng Nhật, có việc chủ ngữ không được thành lập và cũng có trường hợp không thể phân biệt rõ ràng đâu là chủ ngữ. Việc có xu hướng không chỉ định, mô tả chủ ngữ có thể nói là một trong các đặc trưng của tiếng Nhật.

5 Đặc trưng nổi bật nhất trong tiếng Nhật – "Trợ từ"

Trợ từ, hay được gọi là 「テニヲハ」, là đặc trưng nổi bật nhất của tiếng Nhật. Những từ ngắn gọn như thế có vai trò to lớn. Chỉ cần sử dụng khác trợ từ như nói 「これに」 và 「これを」 thì ý nghĩa của câu sẽ bị sai khác hoàn toàn. Nếu không coi trọng việc học về trợ từ thì bạn không thể sử dụng câu tiếng Nhật một cách chính xác được. Hay nói ngược lại, nếu hiểu rõ về trợ từ, thì có thể nắm vững được tiếng Nhật.

6 Thông tin được bổ sung sau động từ

Trong tiếng Nhật, cuối câu sẽ là động từ v.v.. nhưng không phải là chỉ có động từ thôi thì một câu được sẽ hoàn thành. Ví dụ, ít khi phần cuối của câu chỉ có 「行く (đi)」 mà sẽ có những từ chỉ thông tin quan trọng được nói thêm sau động từ như 「行く つもりです (sẽ đi)」, 「行くか どうか、決まっていません (chưa quyết định liệu đi hay không)」. Vì vậy, cũng cần phải chú ý đến những từ đứng sau động từ.

🔑 Chìa khoá đọc hiểu

Liên quan đến những điều đã nói ở trên, nếu học dựa vào những điểm mà chìa khóa đọc hiểu cung cấp thì sẽ có hiệu quả hơn.

❶ Hiểu rõ trợ từ

Việc hiểu ý nghĩa và cách sử dụng của các trợ từ sẽ giúp bạn có thể nắm bắt cấu trúc hoặc ý nghĩa của câu một cách chính xác và trôi chảy. Ngoài ra, thì việc ghi nhớ những mẫu câu cũng trở nên đơn giản hơn.

Đặc trưng của tiếng Nhật và các nguyên tắc cơ bản + chìa khoá đọc hiểu

❷ Nắm bắt chủ thể

Trong tiếng Nhật, chủ thể hành động, cũng như chủ ngữ, thường hay được lược bỏ. Mặt khác, cũng cần chú ý rằng rất dễ bị nhầm giữa ngôi thứ 2 và ngôi thứ 3.

❸ Nắm bắt mối quan hệ giữa các nhân vật

Hãy phân biệt một cách rõ ràng mối quan hệ giữa các nhân vật như "ai?" "với ai?" "cho ai?" hoặc " 'chúng tôi' là ai?"

❹ Ghi nhớ các dạng của động từ và tính từ

Động từ và tính từ biến đổi dạng tùy theo ý nghĩa hoặc vai trò trong câu. Hãy ghi nhớ các kiểu biến đổi dạng này.

❺ Ghi nhớ các kiểu lược bỏ

Trong tiếng Nhật thì ngữ cảnh sẽ được coi trọng. Dựa vào ngữ cảnh thì có thể biết được các kiểu lược bỏ nên hãy làm quen dần với điều này.

❻ Ghi nhớ cách cắt câu

Trong tiếng Nhật không thể để khoảng cách ở giữa các từ. Cho đến khi quen với điều này, bạn có thể sử dụng ký hiệu "／" để luyện tập cắt câu.

❼ Nắm bắt mệnh đề hoặc cụm từ

Bạn cần phải hiểu không chỉ từ đơn mà còn có mệnh đề hoặc cụm từ có độ dài và ý nghĩa nhất định.

❽ Đổi sang dạng đơn giản hơn

Bất cứ câu nào, dù phức tạp hoặc dài đến mức nào đi chăng nữa, cũng có thể chuyển sang dạng đơn giản hơn. Làm như thế sẽ giúp bạn nắm bắt được cấu trúc của câu một cách chính xác.

❾ Nắm bắt 5W1H

Bạn hãy xác nhận "ai" "khi nào" "ở đâu" "với cái gì" "tại sao" "như thế nào" khi đọc. Làm như thế bạn sẽ sắp xếp thông tin một cách dễ dàng.

❿ Nắm bắt quan hệ bổ nghĩa

Cái gì đang bổ nghĩa cho cái gì với hình thức như thế nào? Nếu trả lời chính xác được câu hỏi này thì có thể hiểu được cả những câu phức tạp.

⓫ Nắm bắt nội dung của từ chỉ định

Việc nắm bắt nội dung của từ chỉ định một cách chính xác là rất quan trọng trong cả hội thoại và văn viết. Vì vậy điều này thường hay được hỏi trong các kỳ thi.

⓬ Nắm bắt các từ kết nối

Những từ nối câu có vai trò to lớn trong việc triển khai câu văn, đồng thời chúng cũng là điểm quan trọng trong việc đọc hiểu câu văn.

PART 1

実践！ 読解トレーニング 文章編
じっせん どっかい ぶんしょうへん

Try it for Real! Reading Comprehension Training
Composition Section

实践！ 读解训练
文章篇

Thực tiễn! Luyện tập đọc hiểu
Tập Thông tin

Lesson

1 主語の 省略
しゅ　ご　　　しょうりゃく

Omitting Subjects
主语的省略
Lược bỏ chủ ngữ

❶わたしは Ａ大学の 留学生です。❷きょねんの ３月に、日本に
　　　　　　　だいがく　　　りゅうがくせい　　　　　　　　　　　　　　がつ　　にほん
来ました。
き

❶ *Watashi wa Ē-daigaku no ryūgakusē desu.*　❷ *Kyonen no san-gatsu ni, nihon ni kimashita.*

Vocabulary

☐ 大学　*daigaku*　　University／大学／trường đại học　　　　☐ きょねん　*kyonen*　Last year／去年／năm ngoái

☐ 留学生　*ryugakusē*　Exchange student／留学生／lưu học sinh

🔑 N₁は N₂です　N₁ is N₂.／N₁是 N₂／N₁ là N₂.

E Used when saying N₁'s name, nationality, occupation, and more. The 「は」 in 「N₁ は」 is a particle that indicates the subject.

C N₁ 是在介绍姓名、国籍、及职业等时使用。「N₁ は」 的 「は」 是助词，表示主语。也

V Là mẫu câu được sử dụng khi giới thiệu về tên, quốc tịch hoặc nghề nghiệp v.v.. của N₁. 「は」 trong 「N₁ は」 là trợ từ chỉ chủ ngữ.

> **EX1** かのじょは ベトナム人です。　(She is Vietnamese.／她是越南人。／Cô ấy là người Việt Nam.)
> 　　　　　　　　　　　じん
> **EX2** 父は いしゃです。　(My father is a doctor.／我父亲是医生。／Bố tôi là bác sĩ.)
> 　　ちち

E Also memorize the following structures:

C 请记住下面的句型。

V Hãy nhớ thêm các dạng sau.

- **N₁ は N₂ ではありません。**[否定文]　(N₁ is not N₂. [Negative sentence]／N₁ 不是 N₂。[否定句]／N₁ không phải là N₂. [câu phủ định])
　　　　　　　　　　　　　　　ひ ていぶん
- **N₁ は N₂ ですか。**[疑問文]　(Is N₁ N₂? [Interrogative sentence]／N₁ 是 N₂ 吗? [疑问句]／N₁ có phải là N₂ không? [câu nghi vấn])
　　　　　　　　　ぎ もんぶん

🔑 主語の 省略　Omitting Subjects／主语的省略／lược bỏ chủ ngữ
しゅ　ご　　しょうりゃく

E Subjects are often omitted when it is already clear what the subject is.

C 在明确主语是什么的情况下，主语可以多次省略。

V Chủ ngữ thường được lược bỏ khi nó đã được làm rõ ràng.

> **EX** かれは カルロスです。（かれは） わたしの 友だちです。
> 　　　　　　　　　　　　　　　　　　　　　　　　とも
> He is Carlos. (He is) my friend.／他是卡尔劳斯，是我的朋友。／Ví dụ: Anh ấy là Calros. (Anh ấy) là bạn của tôi.)

🔑 N₁ の N₂ N₂ of N₁／N₁的 N₂／N₂ (của) N₁

E In this structure, one noun (N₁) modifies another noun (N₂). The particle 「の」 is used to indicate various things such as ownership, affiliation, range, specific details, and more. Remember that the order for this is in "Modifying term ⇒ modified term."

C 这是名词(N₁)修饰名词(N₂)的句型。使用助词「の」，表示所有・所属・范围等具体内容及其他各种意思。请记住「修饰语⇒被修饰语」的语序。

V Danh từ (N₂) bổ nghĩa cho danh từ khác (N₁) . Trợ từ 「の」 chỉ các ý nghĩa như sở hữu, sở thuộc về, phạm vi, nội dung cụ thể v.v.. Hãy ghi nhớ với thứ tự "danh từ bổ nghĩa ⇒ danh từ được bổ nghĩa".

> **EX** わたしの 家 (My home／我家／nhà tôi)　大学の としょかん (University library／大学的图书馆／thư viện trường đại học)
> 日本語の じゅぎょう (Japanese class／日语课／giờ học tiếng Nhật)
> 東京の ホテル (hotels in Tokyo／东京的饭店／khách sạn ở Tokyo)

🔑 N [場所] に To/at/etc. N [Location] ／N [场所] に／ở N [nơi chốn]

E The particle 「に」 is used to indicate locations (spots). For example, 「日本に 来ます (Come to Japan)」「駅に 着きます (Arrive at the station)」「ソファーに すわります (Sit on the sofa.)」.

C 助词「に」表示如「日本に 来ます」「駅に 着きます」「ソファーに すわります」这样句子中的场所。

V Trợ từ 「に」 chỉ nơi chốn (địa điểm) như 「日本に 来ます (sang Nhật)」「駅に 着きます (đến nhà ga)」「ソファーに すわります (ngồi vào ghế sô pha)」.

🔍 Focus on the Structure

❶

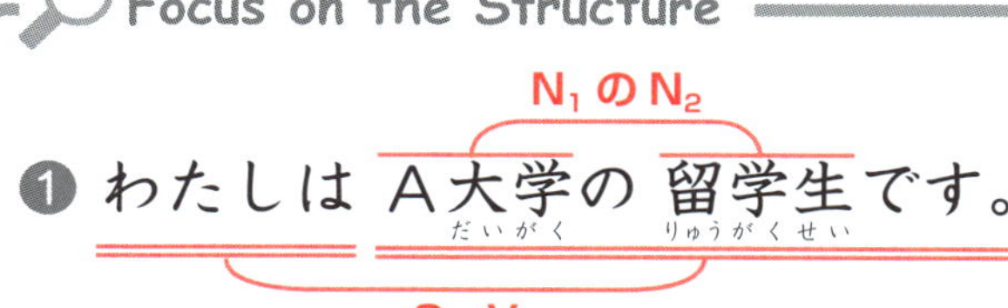

E This takes the 「N₁ は N₂ です。」 sentence structure. N₂ is a noun phrase, not a noun.

C 这是「N₁ は N₂ です。」句型。N₂ 不是名词，是名词句。

V Là mẫu câu 「N₁ は N₂ です。」. Ở đây N₂ không phải là danh từ mà là cụm danh từ.

❷

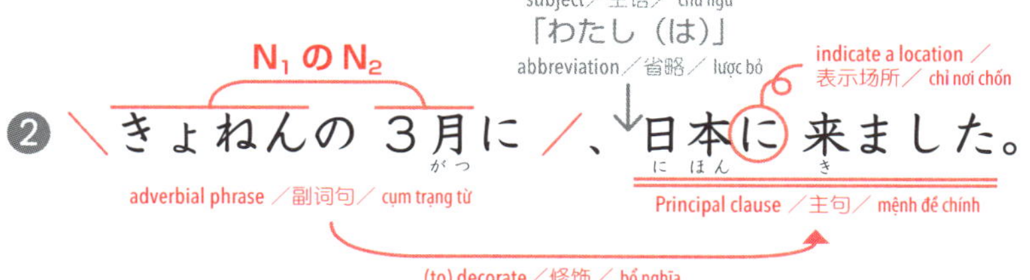

E As the subject is the same as it is in ❶, the subject is omitted. 「きょねんの 3月」 is an adverbial phrase used to indicate time, and it modifies the main clause. 「(わたしは) 日本に 来ました」.

C 因为与❶的主语相同，主语被省略。「きょねんの 3月」是表示时间的副词句，与主句「(わたしは) 日本に 来ました」相关连。

V Vì cùng một chủ ngữ với câu ❶, nên chủ ngữ được lược bỏ. 「きょねんの 3月」 là cụm trạng từ bổ nghĩa cho mệnh đề chính là 「(わたしは) 日本に 来ました」.

Lesson

2 存在文
そんざいぶん

"There is/are" Sentences
存在句
Câu tồn tại

❶大学の 近くに 大きい いけが あります。　❷いけの 中に さかなが
　だいがく　ちか　　おお　　　　　　　　　　　　　　　　　　　なか
たくさん います。

❶*Daigaku no chikaku ni ōkī ike ga arimasu.* ❷*Kōen no naka ni sakana ga takusan imasu.*

Vocabulary

☐ 近く　*chikaku ni*：Near／附近／gần

☐ 大きい　*ōkī*：large／大的／to

☐ いけ　*ike*：pond／池塘／ao

☐ さかな　*sakana*：fish／鱼／cá

☐ たくさん　*takusan*：many／很多／nhiều

🔑 N₁に N₂が あります　There is/are N₂ in N₁／N₁ 有 N₂／ở N₁ có N₂

Ⓔ N's existence is indicated by「Nが あります」, while it exists in a location described by「N₂」. "Ga" is a particle used to indicate the subject. The verb「あります」is used to indicate the existence of an inanimate object.

Ⓒ 将N存在的事物用「Nが あります」来表示，存在的场所用「N₂」表示。「が」是助词表示主语。动词「あります」表示非生物的存在。

Ⓥ「Nが あります」biểu thị sự tồn tại của N, và「N₂」biểu thị nơi tồn tại.「が」là trợ từ chỉ chủ ngữ. Động từ「あります」chỉ sự tồn tại của những vật không phải động vật.

> **EX1** 町に としょかんが あります。　(There is a library in the town.／町里有一个图书馆。／ở thành phố có thư viện.)
> 　　　まち
> **EX2** 公園に いけが あります。　(There is a lake in the park.／公园里有一个池塘。／Ví dụ 2) Ở công viên có cái ao.)
> 　　　こうえん

🔑 N₁に N₂が います　There is/are N₂ in N₁／N₁ 有 N₂／ở N₁ có N₂

Ⓔ While the verb「あります」is used to indicate the existence of an inanimate object, the verb「います」is used to indicate the existence of a something alive. As Japanese does not grammatically distinguish between the a singular or plural number of N,「公園に 人が います」alone is not enough to tell you whether there is one person in the park or multiple.

Ⓒ 动词「あります」表示非生物的存在，而动词「います」则表示生物的存在。并且日语中在语法上N的单数・复数是没有区别的，如在「公園に 人が います」句子中，公园里有一个人还是有很多人不清楚。

Ⓥ Động từ「あります」chỉ sự tồn tại của những vật không phải động vật, còn động từ「います」chỉ sự tồn tại của sinh vật. Trên ngữ pháp tiếng Nhật, danh từ không phân biệt dạng số ít và số nhiều, vì vậy khi nói「公園に 人が います」, chúng ta sẽ không biết thể được ở công viên chỉ có một người hay có nhiều người.

> **EX1** としょかんに 学生が おおぜい います。
> 　　　　　　　　　がくせい
> (There are many students in the library.／图书馆有很多学生。／ở thư viện có nhiều sinh viên.)
>
> **EX2** いま、教室に 青木先生が います。
> 　　　　　きょうしつ　あおき せんせい
> (Aoki-sensei is in the classroom.／现在青木老师在教室里。／Bây giờ ở phòng học có thầy Aoki.)

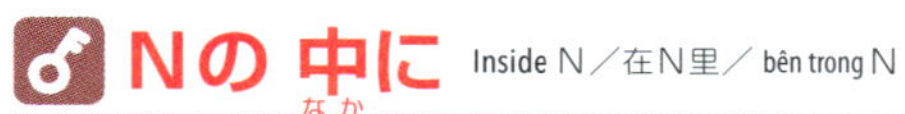 Nの 中に Inside N ／在N里／ bên trong N

Lesson ❷

E 「の 中に」 indicates a location inside N.

C 「の 中に」 表示在 N 里的场所。

V 「の 中に」 chỉ nơi chốn bên trong N.

> **EX1** ▶ 車の 中に 子どもが います。 (There is a child inside the car.／车里有小孩儿。／ Trong ô tô có trẻ em.)
>
> **EX2** ▶ かばんの 中に 本が あります。 (There are books inside the bag.／书包里有书。／ Trong cặp có quyển sách.)

E Also memorize the following structures.

C 以下句型也要记住。

V Hãy nhớ thêm các dạng sau.

> **EX3** ▶ 机の 上に 本が あります。 (There is a book on top of the desk.／桌子上有书。／ Trên bàn có quyển sách.)
>
> **EX4** ▶ いすの 下に かばんが あります。 (There is a bag underneath the chair.／椅子下有书包。／ Dưới ghế có cái cặp.)

🔍 Focus on the Structure

❶ 

E This uses the 「N₁ に N₂ が あります」 sentence structure. Here, N₁ is "(noun) + no + (noun)."

C 是 「N₁ に N₂ が あります」 的句型。这里的 N₁ 是 「名词＋の＋名词」。

V Là mẫu câu 「N₁ に N₂ が あります」. Trong mẫu câu này thì N₁ là một cụm danh từ dạng "danh từ ＋の＋ danh từ".

❷ 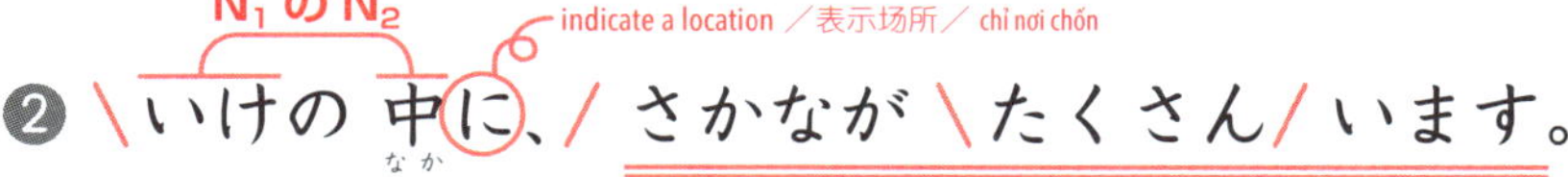

E This uses the 「N₁ に N₂ がいます」 sentence structure. 「たくさん」 can be used either before or after 「[N (creatures)]」.

C 是 「N₁ に N₂ がいます」 的句型。「たくさん」 可以放在 「[N （活物）]」 前面，也可以放在其后面。

V Là mẫu câu 「N₁ に N₂ がいます」. Từ 「たくさん」 có thể đặt trước hoặc sau 「[N （sinh vật）]」.

Lesson

3 居住の 表現
きょじゅう　ひょうげん

Expressions Regarding Residence
居住的表現
Cách nói nơi ở

---

❶わたしは 3年間、この 町に います。❷この 町に 来る 前、
ねんかん　　　　　　まち　　　　　　　　　　　　　　まち　く　まえ
となりの 町に いました。
まち

❶ *Watashi wa 3-nenkan, kono machi ni imasu.* ❷ *Kono machi ni kuru mae, tonari no machi ni imashita.*

Vocabulary

☐ 〜年間　*~nenkan*：Years／〜年／〜 năm

☐ 前　*mae*：Before／前／ trước

☐ この　*kono*：kono：This／这（个）／ này

☐ となり　*tonari*：Neighboring／旁边／ bên cạnh

☐ 町　*machi*：Town／镇字／ thành phố

🔑 この　This／这（个）／ này

Ⓔ「この、その、あの、どの」 are known as demonstratives, and they modify nouns. Things close to the speaker/listener are referred to with「この」, things close to the listener or that are brought up in conversation are referred to with「その」, things far from both speaker and listener are referred to with「あの」, and「どの」 is used to indicate that a question is being asked.

Ⓒ「この、その、あの、どの」是修饰名词的指示词。离说话人・听话人近的说「この」。离听话人较近或提及话题中事时说「その」。离说话人及听话人都较远的说「あの」，表示疑问时用「どの」。

Ⓥ「この、その、あの、どの」là những từ chỉ định bổ nghĩa cho danh từ. Dùng「この」khi chỉ đồ vật gần cả hai người nói và người nghe, dùng「その」khi chỉ đồ vật gần người nghe hoặc đồ vật đang được nhắc đến và dùng「あの」khi chỉ đồ vật xa từ cả hai người nói và người nghe, còn「どの」thì sử dụng khi đặt câu hỏi.

EX1	この 町に 来ました。（I came to this town.／来到这个镇上了。／ Tôi đã đến thành phố này.）

EX1 この 町に 来ました。
まち き
（I came to this town.／来到这个镇上了。／ Tôi đã đến thành phố này.）

EX2 その 人は どこに いますか。
ひと
（Where is that person?／那个人在哪儿？／ Người đấy đang ở đâu?）

EX3 あの 山は 高いです。
やま たか
（That mountain is tall.／那座山很高。／ Núi kia cao.）

EX4 どの 大学に 行きますか。
だいがく い
（Which university will you attend?／你去哪个大学？／ Bạn đi trường đại học nào?）

🔑 V＋前（に）　V + Before／V＋前／ trước khi V
まえ

Ⓔ Dictionary form is used when discussing something before an action whether the sentence uses the present tense or past tense.

Ⓒ 在某个动作完成之前，无论是现在式还是过去式都用词典里的原形。

Ⓥ Khi nói về hành động xảy ra trước một hành động khác nào đó, dù đó là câu hiện tại hay câu quá khứ đều sử dụng thể từ điển.

EX1 ごはんを 食べる 前に 手を あらいます。（現在）
(I wash my hands before I eat. (Present)／吃饭前洗手。／ Tôi rửa tay trước khi ăn cơm. (thì hiện tại)）

EX2 きのう 寝る 前に 本を 読みました。（過去）
(I read a book before sleeping yesterday. (Past)／昨天睡觉前看书了。／ Hôm qua tôi đọc sách trước khi đi ngủ. (thì quá khứ)）

E Even when discussing what happened yesterday, 「寝た 前に 本 を読みました」 is not used.

C 即使是昨天的事，不说「寝た 前に 本を 読みました」。

V Dù nói về chuyện đã xảy ra vào ngày hôm qua, nhưng không nói là 「寝た 前に 本を 読みました」.

🔍 Focus on the Structure

❶ わたしは ＼３年間／、＼この 町に／ います。

(to) decorate／修饰／ bổ nghĩa
indicate a location／表示场所／ chỉ nơi chốn
adverbial phrase about time／时间的副词句／ cụm trạng từ chỉ thời gian
adverbial phrase about place／场所的副词句／ cụm trạng từ chỉ địa điểm
S - V

E In addition to indicating existence, 「います」 can also indicate continuously being in a given location, as it does in the model sentence. It can also indicate being in a given location temporarily.

C 「います」 除了表示存在以外，还表示如例句「在某场所持续存在」、或「在某场所一时存在」。

V Ngoài sự tồn tại ra, 「います」 có thể biểu thị "sự có mặt liên tục ở một địa điểm nào đó". Hoặc cũng có thể biểu thị "sự có mặt trong một thời điểm nhất định ở một địa điểm nào đó".

EX1 子どもの ときから 東京に います。
(I have been in Tokyo since I was a child.／从幼儿时就住在东京。／ Ví dụ 1) Tôi ở Tokyo từ khi còn nhỏ.）

EX2 いま、駅の 前に います。
(I am in front of the station right now.／现在在车站前。／ Ví dụ 2) Bây giờ tôi đang ở trước nhà ga.）

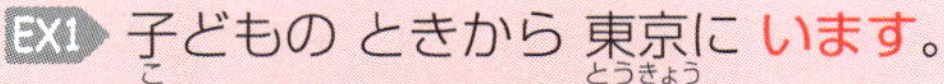
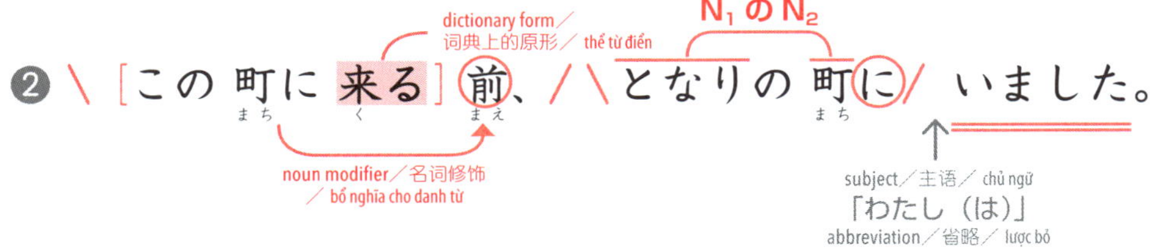

❷ ＼[この 町に 来る] 前、／＼となりの 町に／ いました。

dictionary form／词典上的原形／ thể từ điển
N₁ の N₂
noun modifier／名词修饰／ bổ nghĩa cho danh từ
subject／主语／ chủ ngữ
「わたし（は）」
abbreviation／省略／ lược bỏ

E The subject of both 「来る」 and 「いました」 is 「わたし」. It is omitted because it can be figured out in the course of the sentence. ♣ While "I was in the neighboring town" is past tense, verbs prior to 「前に」, before, are always in present tense. 「来た前に」 is not used.

C 「来る」 和 「いました」 的主语都是 「わたし」。从句脉中可以确定，所以主语被省略。♣「となりの 町に いた こと」 虽然是过去式，但「前に」前边的动词必须是现在式，不说「来た 前に」。

V Cả hai động từ 「来る」 và 「いました」 đều có chủ ngữ là 「わたし」. Chúng ta biết được như vậy là vì dựa vào ngữ cảnh, cho nên chủ ngữ đã được lược bỏ. ♣ "Đã ở thành phố bên cạnh" là chuyện xảy ra trong quá khứ, nhưng động từ ở trước 「前に」 phải dùng thì hiện tại, chứ không nói 「来た 前に」.

Lesson

4 疑問の 表現
ぎもん　　ひょうげん

Interrogative Expressions
疑问的表现
Cách đặt câu hỏi

---

❶ きのう、何か 買いましたか。 ❷ わたしは 何も 買いませんでした。
　　　　　なに　か　　　　　　　　　　　　　　　なに　　か

❶ *Kinō, nanika kaimashita ka?*　❷ *Watashi wa nani mo kaimasenndeshita.*

Vocabulary

☐ きのう　*kinō*：Yesterday／昨天／hôm qua

☐ 何か　*nanika*：Something／什么吗／cái gì đó

☐ 何も　*nanimo*：Nothing／什么也／bất cứ cái gì

☐ 買います　*kaimasu*：Will buy／买／mua

🔑 疑問文の 「か」
ぎもんぶん
The interrogative "*ka*"／疑问句的「か」／「か」biểu thị câu hỏi

Ⓔ When asking a question, the particle 「か」 is used at the end of the sentence. This applies for sentences that use interrogative words such as 「なに」 as well as for those that do not.

Ⓒ 表示疑问时句尾加上助词「か」，无论带疑问词「なに」的句子还是不带疑问词的句子都一样用助词「か」。

Ⓥ Trợ từ 「か」 được sử dụng ở cuối câu khi đặt câu hỏi. Trong cả những câu có những từ nghi vấn như「なに」, cũng như trong những câu không có từ nghi vấn nào thì đều sử dụng ở cuối câu.

> **EX1** だれと 会いますか。(Who are you meeting?／你跟谁见面？ ／ Bạn sẽ gặp ai?)
> 　　　　　あ
>
> **EX2** きのう ねる 前に テレビを 見ましたか。
> 　　　　　　　　　　まえ　　　　　　　み
> (Did you watch TV before sleeping yesterday?／昨天睡觉前你看电视了吗？ ／ Hôm qua bạn đã xem ti vi trước khi đi ngủ phải không?)

🔑 疑問詞＋「か」
ぎもんし
Interrogative ＋ "*ka*"／疑问词的＋「か」 ／ từ nghi vấn＋「か」

Ⓔ Adding 「か」 to the interrogative 「何」 makes it into a word that means "something unspecified." The same can be said of other interrogative words, too.

Ⓒ 在「何」疑问词后加上「か」表示「不确定的」。其他疑问词也同样。

Ⓥ Dạng ghép từ nghi vấn 「何」 với trợ từ 「か」 biểu thị ý "cái gì đó chưa được xác định". Các từ nghi vấn khác cũng vậy.

> **EX1** 何 What／什么／Cái gì
> 　　　　なに
> 　　　 —— あとで 何か 食べます。(I will eat something later.／一会儿吃点儿什么。 ／ Lát nữa tôi sẽ ăn cái gì đó.)
> 　　　　　　　　　なに　た
>
> **EX2** だれ Who／谁／Ai
> 　　　 —— へやに だれか います。(There is someone in the room.／房间里有什么人。 ／ Ở trong phòng có ai đó.)
>
> **EX3** どこ Where／哪儿／đâu
> 　　　 —— あした、どこかに 行きます。(I will go somewhere tomorrow.／明天去什么地方。 ／ Ngày mai tôi sẽ đi đâu đó.)
> 　　　　　　　　　　　　　　い

🔑 疑問詞＋「も」 Interrogative＋ "*mo*" ／疑问词＋「も」 ／ từ nghi vấn＋「も」
(ぎもんし)

🇪 Adding 「も」 to the interrogative 「何」, and then a negative (V ません , etc.) will act as a negative statement.

🇨 在「何」疑问词后加「も」与后面的（V ません、など）一起表示否定的意思。

🇻 Dạng ghép từ nghi vấn 「何」 với trợ từ 「も」 đi với thể phủ định (như V ません) là biểu thị ý phủ định.

EX1 何 ―― 朝は 何も 食べません。 (I didn't eat anything in the morning.／早上什么也不吃。 ／ Buổi sáng tôi không ăn gì cả.)

EX2 だれ ―― へやに だれも いません。 (There isn't anyone in the room.／房间里谁也没有。 ／ Ở trong phòng không có ai.)

🔑 V の 現在と 過去 The current and past of V ／ V 的现在与过去／ dạng hiện tại và dạng quá khứ của V
(げんざい)(かこ)

🇪 「V ます」 indicates an action taking place in the present, while 「V ました」 indicates an action taken in the past. To negate an action in the present, use 「V ません」, and to negate an action in the past, use 「V ませんでした」.

🇨 「V ます」表示现在的动作，「V ました」表示过去的动作。现在的否定用「V ません」，过去否定用「V ませんでした」。

🇻 「V ます」 biểu thị hành động xảy ra trong hiện tại, còn 「V ました」 biểu thị hành động xảy ra trong quá khứ. Dạng phủ định trong thì hiện tại là 「V ません」, còn dạng phủ định trong thì quá khứ là 「V ませんでした」.

EX1 きょうは 大学に 行きます。 (I will go to university today.／今天去大学。 ／ Hôm nay tôi đến trường đại học.)

EX2 きょうは 大学に 行きました。 (I went to university today.／今天去了大学。 ／ Hôm nay tôi đã đến trường đại học.)

EX3 きょうは 大学に 行きません。 (I will not go to university today.／今天不去大学。 ／ Hôm nay tôi không đến trường đại học.)

EX4 きょうは 大学に 行きませんでした。 (I did not go to university today.／今天没去大学。／ Hôm nay tôi đã không đến trường đại học.)

🔍 Focus on the Structure

subject／主语／chủ ngữ
「あなた（は））」
abbreviation／省略／lược bỏ

adverb about time／时间的副词
／ trạng từ chỉ thời gian

represent a question ／
表示疑问 ／ biểu thị nghi vấn

❶ ＼きのう、／ 何か 買いましたか。
(なに)(か)

target; object／对象／ đối tượng
action／动作／ hàng động

🇪 「か」 is added to the end of interrogative sentences. However, in many cases when talking to someone close to the speaker, the 「か」 is omitted and the speaker's tone will rise at the end of the sentence.

🇨 在疑问句句末一般要加「か」，可是关系比较亲近的人之间可以省略「か」，多在句末提高语调。

🇻 Trợ từ 「か」 được đặt vào cuối câu hỏi. Tuy nhiên trong hội thoại với người có quan hệ thân mật, 「か」có thể được lược bỏ và lên cao giọng cuối ở câu.

complete negation／全部否定／ phủ đinh toàn
V past form／ V 过去式 ／ Dạng quá khứ động từ

❷ わたしは 何も 買いませんでした。
(なに)(か)
S - V

🇪 「何 / だれ / どこも〜ません」 indicates a complete denial.

🇨 「何 / だれ / どこも〜ません」表示全部否定。

🇻 「何 / だれ / どこも〜ません」 diễn tả ý nghĩa phủ định hoàn toàn.

Lesson 5 形状の 表現

けいじょう　ひょうげん

Expressing Form
形状的表现
Cách nói hình dáng, trạng thái

---

❶ わたしは にぎやかな 町が すき です。❷ でも、へやは しずかな のが いいです。❸ さくらさんは、どんな へやが すきですか。

❶ *Watashi wa nigiyakana machi ga suki desu.* ❷ *Demo, heya wa shizukana no ga ī desu.*
❸ *Sakura-san wa donna heya ga suki desu ka.*

Vocabulary

☐ にぎやか（な）　*nigiyaka (na)*：Lively／热闹／náo nhiệt

☐ しずか（な）　*shizuka(na)*：Quiet／安静／yên tĩnh

☐ すき（な）　*suki (na)*：Like／喜欢的／thích

☐ へや　*heya*：Room／房间／phòng

☐ どんな　*donna*：What kind／什么样的／như thế nào

〜は 〜が 〜

E The sentence 「わたしは しずかな へやが すきです」 indicates that the speaker likes 「しずかな へや」. This 「〜は 〜が 〜」 form is often used.

C 在 「わたしは しずかな へやが すきです」 句中 「しずかなへや」 表示喜欢的对象。「〜は 〜が 〜」 的句型经常使用。

V Trong câu 「わたしは しずかな へやが すきです」,「しずかな へや」 chỉ đối tượng được ưa thích. Mẫu câu 「〜は 〜が 〜」 thường hay được sử dụng.

> **EX1** 田中さんは イヌが すきです。（Tanaka-san likes dogs.／田中喜欢狗。／ Bạn Tanaka thích con chó.）
> たなか
>
> **EX2** かのじょは ピアノが じょうずです。（She is good at playing the piano.／她的钢琴弹得很好。／ Cô ấy chơi piano giỏi.）

NAな＋N

E Adjectives that end with 「な」 before N such as 「しずかな」 are known as "na-adjectives." 「きれいな」「りっぱな」 are other examples of these. The 「な」 is not used for these adjectives before 「です」.

C 像 「しずかな」 这样 N 的前面用 「な」 接续的形容词称作ナ形容词。如 「きれいな」「りっぱな」 等。像这样的形容词接 「です」 时，要去掉 「な」。

V Những tính từ có đuôi 「な」 như 「しずかな」 được gọi là tính từ đuôi NA. Ví dụ như 「きれいな」,「りっぱな」.「な」 được lược bỏ khi đứng trước 「です」.

> **EX1** きれいな 公園 （a pretty park／漂亮的公园／ công viên đẹp）
> こうえん
>
> **EX2** この 公園は きれいです。（This park is pretty.／这个公园很漂亮。／ Công viên này đẹp.）
> こうえん
>
> **EX3** あの 教室は しずかです。（That classroom is quiet.／这个教室很静。／ Phòng học đó yên tĩnh.）
> きょうしつ

NAな＋の

E 「の」 represents a previously mentioned noun.

C 「の」 是表示前面提及的名词。

V "NO" chỉ danh từ được nhắc ở phần trước.

EX1　かばんが ありますか。（Do you have a bag?／有书包吗？ ／Có cái cặp không?）

——はい、**きれいなの**が あります。（Yes, a pretty one.／有，有漂亮的。／Có, có một cái rất đẹp.）

EX2　町に としょかんは　ありますか。（Is there a library in your town?／町里有图书馆吗？ ／Trong thành phố có thư viện không?）
　　　まち

——はい、**りっぱなの**が あります。（Yes, a splendid one.／有，有一个非常好的(图书馆) ／Có, có một cái rất tốt.）

🔑 どんな N

🇪A demonstrative asking about the nature or form of N.

🇨N 是寻问性质及形状的指示词。

🇻Là từ chỉ định để hỏi tính chất hoặc hình dáng của N.

EX1　**どんな カバン**が ありますか。（What kind of bag do you have?／有什么样的书包？ ／Có cái cặp như thế nào?）

EX2　**どんな 大学**ですか。（What kind of university is it?／是什么样的大学？ ／Là trường đại học như thế nào?）
　　　　　　だいがく

🔍 Focus on the Structure

NAな N

❶ わたしは にぎやかな 町が すきです。
　　　　　　　　　　　まち

S - V

🇪The subject is「わたし」, while「にぎやかな 町」is the object of the feeling「すき」.

🇨主语是「わたし」，「にぎやかな 町」是「すき」的对象。

🇻Chủ ngữ là「わたし」, còn「にぎやかな 町」là đối tượng của tâm trạng「すき」.

a conjunction that indicates a contradictory conjunction
／表示逆接的接续词
／ liên từ chỉ liên kết nghich

NAな N　　の＝へや

❷ 《でも、》〔へやは〕 しずかなのが いいです。
　　　　　　topic／主题／chủ đề

S - V

🇪By making「へや」into the subject of the entire sentence, it becomes easier to understand.「しずかな＋の」functions as a noun.

🇨如果将「へや」作为全句的主题的话，比较容易理解。「しずかな＋の」具有名词作用。

🇻「へや」có thể coi là chủ đề của toàn bộ câu.「しずかな＋の」đóng vai trò là danh từ.

interrogative ／疑问词／ từ nghi vấn ＋ N　　represent a question ／表示疑问／ biểu thị nghi vấn

❸ さくらさんは、どんな へやが すきですか。

S - V

🇪Placing the interrogative「どんな」before a noun creates the interrogative sentence with the structure「どんな Nが 〜ですか」.

🇨疑问词「どんな」附加在名词前，表示「どんな Nが 〜ですか」这种形式的疑问。

🇻Từ nghi vấn「どんな」đi trước danh từ sẽ tạo thành câu hỏi「どんな Nが 〜ですか」.

Lesson

6 天気の 表現
てん き　　ひょうげん

Expressing Weather
天气的表现
Diễn tả thời tiết

Grammar Target
- A＋N
- Aくない
- N＋も
- 文＋ね
- ～と言います

きょうは いい 天気です。外も さむくないです。❶先生も「きょ
うは とても いい天気ですね」と 言いました。

Kyō wa ī tenki desu. Soto mo samukunai desu. ❶ *Sensē mo "Kyō wa totemo ī tenki desu ne" to īmashita.*

Vocabulary

- □ 天気　*tenki*：Weather／天气／thời tiết
- □ 外　*soto*：Outside／外边／bên ngoài
- □ さむい　*samui*：Cold／冷／lạnh
- □ とても　*totemo*：Very／很／rất, lắm
- □ 言います　*īmasu*：To say／说／nói

🗝 A＋N

E The 「いい」 in 「いい 天気」 is an *i*-adjective and is immediately followed by N. If it is used at the end of a sentence, it is immediately followed by 「です」.

C 「いい 天気」中的「いい」是イ形容词，直接与 N 连接。句末直接接「です」。

V 「いい」 trong 「いい 天気」 là tính từ đuôi I, ngay sau nó là N. Ở cuối câu, nó đứng ngay trước 「です」.

> **EX** さむいへや　(cold room／寒冷的房间／phòng lạnh)　　広い 大学　(spacious college／宽广的大学／trường đại học rộng)

🗝 Aくない

E The negative form of an *i*-adjective is 「～くない」.

C イ形容词的否定式是「～くない」。　　**V** Dạng phủ định của tính từ đuôi I là 「～くない」.

> **EX1** きょうは さむくないです。　(It is not cold today.／今天不冷。／Hôm nay trời không lạnh.)
>
> **EX2** わたしの へやは 広くないです。　(My room is not spacious.／我的房间不大。／Phòng tôi không rộng.)

E However, for 「いい」, the 「い」 is turned into a 「よ」 to make 「よくない」.

C 只是「いい」的否定时，将「い」变成「よ」，否定式为「よくない」。

V Tuy nhiên trong trường hợp tính từ 「いい」, thì 「よ」 thay thế 「い」 và sẽ thành 「よくない」.

> **EX** この 店は よくないです。　(This store is not good.／这家店不好。／Ví dụ) Cửa hàng này không tốt.)

🗝 N＋も

E The 「も」 in 「へやの 外も」 is a particle used to mean "exists in a similar way to others."

C 「へやの 外も」的「も」是表示「跟其他同样」这种意思的助词。

V 「も」 trong 「へやの 外も」 là trợ từ mang ý nghĩa là "tương tự như cái khác".

> **EX1** この 公園も 広いです。　(This park is spacious, too.／这个公园也很大。／Công viên này cũng rộng.)
>
> **EX2** わたしも 大学の 学生です。　(I too am a university student.／我也是大学的学生。／Tôi cũng là sinh viên đại học.)

🔑 ～と 言(い)います　Is called ～／说～／ói là ～

ⓔ An expression used to indicate specific details about something that has been said. What is said is indicated using 「　」, while the particle 「と」 is used to show that it is a quote.

ⓒ 是具体表达说话内容的表现。在「　」内表示说的内容，用助词「と」表示引用。

ⓥ Là cách nói để thể hiện nội dung cụ thể của câu chuyện. Để câu vào khung 「　」 và gắn trợ từ 「と」 ở phía sau (cách trích dẫn).

> **EX1** きのう、田中(たなか)さんに「ありがとう。」と 言(い)いました。
> (Yesterday, I said to Tanaka-san, "thank you." ／昨天对田中说「谢谢！」了。／ Hôm qua tôi nói "Cảm ơn bạn." với bạn Tanaka.)
>
> **EX2** 店(みせ)の 人(ひと)に「水(みず)を ください。」と 言(い)いました。
> (I said to the employee, "Please give me a water." ／跟店里的人说"请给我一杯水"。／ Đã nói với nhân viên "Cho tôi xin nước uống".)

🔑 ～を ください

ⓔ The 「ください」 in 「～を ください」 is the imperative form of the verb 「くださる」. Learn it as a phrase.

ⓒ 「～を ください」 的 「ください」 是动词「くださる」的命令形。请作为惯用型记住。

ⓥ 「ください」 trong 「～を ください」 là thể mệnh lệnh của động từ 「くださる」. Hãy ghi nhớ trong mẫu câu.

🔑 文(ぶん)＋ね

ⓔ The sentence-ending particle 「ね」 is used when the speaker has talked about feelings or an opinion and is seeking agreement from the listener.

ⓒ 句末附加终助词「ね」是在说话的人表达其感动及意见，征求对方同意时使用。

ⓥ Trợ từ cuối câu 「ね」 được sử dụng khi người nói muốn nêu ra cảm xúc hoặc ý kiến của mình và yêu cầu sự đồng ý của người nghe.

> **EX** この 教室(きょうしつ)は 広(ひろ)いですね。 (This is a spacious classroom, isn't it?／这个教室很大啊。／ Phòng học này rộng nhỉ.)

🔍 Focus on the Structure

ⓔ Sentences #1 and #2 can be described as "It's" sentences in English. In many cases, these sentences in Japanese do not have a single clearly defined subject. It becomes easier to understand the entire sentence by understanding 「きょうは（today)」 or 「外も（outside)」 to be the subject even if it is not specifically defined ⇒ see Prologue.

ⓒ 例句 1 和例句 2 相当于英语的 It's 句型。日语在这种情况下主语通常不会明确为一个。即使主语不特定，将「きょうは／今天」及「外も / 外边也」作为句子的主题的话，会容易理解整个句子。⇒参照「序章」。

ⓥ Câu 1 và câu 2 tương đương với mẫu câu It's ～ trong tiếng Anh. Trong những câu như thế, chủ ngữ thường không được xác định rõ ràng. Không cần cố xác định chủ ngữ mà hãy coi 「きょうは」 hoặc 「外も」 là chủ đề thì bạn sẽ nắm được ý nghĩa của toàn bộ câu một cách dễ dàng hơn. ⇒ Xin xem thêm "Lời nói đầu".

show that something is the same as another example ／表示跟其他同样的／ biểu thị sự tương đồng với cái khác

(to) decorate／修饰／bổ nghĩa

文＋ね

to indicate a reference／表示引用／biểu thị trích dẫn

❶ 先生(せんせい)も「きょうは とても いい 天気(てんき)ですね」と 言(い)いました。

A＋N

S - V

ⓔ 〈Nは「……」と 言います。〉 is a very frequently used expression. Also, changing 「言います」 to a different verb can allow for many different expressions.

ⓒ 〈Nは「……」と 言います。〉是常用表现。还可以将「言います」换成别的动词，进行各种表现。

ⓥ 〈Nは「……」と 言います。〉 là mẫu câu rất hay được sử dụng. Ngoài ra, cũng có thể đổi 「言います」 sang các động từ khác để mở rộng cách diễn tả.

Lesson

7　場所を たずねる表現
（ばしょ）　　　　　　　（ひょうげん）

Expressions Asking
About a Location
询问场所的表现
Cách hỏi nơi chốn

❶ ラナさんの アパートは どこに ありますか。❷ かんたんな ちず を かいて 送って ください。
（おく）

❶ *Rana-san no apāto wa doko ni arimasu ka?* ❷ *Kantanna chizu o kaite okutte kudasai.*

Vocabulary

□ アパート　　*apāto*：Apartment／公寓／ chung cư

□ どこ　　*doko*：Where／哪儿／ đâu

□ かんたん（な）　*kantan(na)*：Simple／简单／ đơn giản

□ ちず　*chizu*：Map／地图／ bản đồ

□ かきます　*kakimasu*：To draw／写，绘制／ vẽ

□ 送ります　*okurimasu*：To send／发、送／ gửi

🔑 V て V

Ⓔ When performing different actions in succession such as「書いて 送って」, indicate which action should take place first by putting「～て」after the verb.

Ⓒ 像「書いて 送って」这样不同动作连续的场合，前面的动词用「～て」形。

Ⓥ Trong trường hợp nói về những hành động diễn ra liên tục như「書いて 送って」thì động từ chỉ hành động diễn ra trước sẽ được chuyển sang thể「～て」.

> **EX1** 公園に 行って あの子を さがしてください。
> （こうえん）（い）　　（こ）
> （Please go to the park and look for that kid.／去公园找找那个孩子吧。／ Bạn hãy ra công viên và tìm nó.）

> **EX2** 日本に 来て 大学に 入学しました。
> （に ほん）（き）（だいがく）（にゅうがく）
> （I came to Japan and enrolled in university.／来日本上大学。／ Tôi đã sang Nhật rồi vào đại học..）

Ⓔ In many cases, the first「～て」indicates a method or means.

Ⓒ 第一个「～て」多用来表达方法或手段。

Ⓥ Có nhiều trường hợp động từ chia thể「～て」đứng trước là biểu thị phương pháp hoặc cách thức.

> **EX3** 大学に 歩いて 行きます。（I walk to go to school.／走着去大学。／ Tôi đi bộ đến trường đại học.）
> （だいがく）（ある）（い）
> **EX4** きのうは 電車に のって 行きました。
> （でんしゃ）（い）
> （I got on the train yesterday and went.／昨天是坐电车去的。／ Hôm qua tôi đã lên tàu điện đi.）

🔑 V てください

Ⓔ A basic expression for a request. After a verb ending with「て」, add「ください」.

Ⓒ 是基本的请求表现。动词「て」后加上「ください」。

Ⓥ Là cách nhờ vả, yêu cầu cơ bản. Thêm「ください」sau thể「て」của động từ.

> **EX1** あした 大学に 来てください。（Please come to university tomorrow.／明天请到大学来一下。／ Hãy đến trường đại học vào ngày mai.）
> （だいがく）（き）
> **EX2** ゆうがた、電話を してください。（Please call in the evening.／傍晚请来个电话。／ Hãy gọi điện cho tôi vào buổi chiều.）
> （でんわ）

 どこ

🇪 An expression used to ask about a location. 「どこ」 indicates a question. For locations close to the speaker, use 「ここ」, for locations close to the person being spoken to, use 「そこ」, and for locations far from both speaker and listener, 「あそこ」 is used.

🇨 是询问场所的表现，「どこ」是疑问词。离说话人近的用「ここ」，离对方近的用「そこ」，离说话人远的用「あそこ」。

🇻 Là câu hỏi nơi chốn. Và 「どこ」 là đại từ biểu thị nghi vấn. Dùng 「ここ」 khi chỉ nơi gần với người nói, dùng 「そこ」 khi chỉ nơi gần với người nghe và dùng 「あそこ」 khi chỉ nơi xa với cả người nói và người nghe.

EX1 ここは びじゅつかんです。(The museum is here../这里是美术馆。／Đây là bảo tàng mỹ thuật.)

EX2 そこは 駅に 近いです。(You're close to a station there./那里是车站。／Chỗ đấy gần nhà ga.)

EX3 あそこに 市の としょかんが あります。(The city library is there./那里有市立图书馆。／Ở đằng kia có thư viện của thành phố.)

EX4 どこで しょくじを しましたか。(here did you eat?／你在哪儿吃饭了？／Bạn đã ăn ở đâu?)

🔍 Focus on the Structure

❶ **N₁ の N₂**　ラナさんのアパートは **どこ** にありますか。 — a pronoun that represents a question／表示疑问的代名词／đại từ biểu thị nghi vấn
S - V

🇪 The pronoun used to indicate a question, 「どこ」, creates interrogative questions relating to locations.

🇨 表示疑问的代名词「どこ」是询问场所的疑问词。

🇻 Dùng đại từ nghi vấn 「どこ」 để tạo câu hỏi liên quan đến nơi chốn.

EX エレベーターは どこですか。(Where is the elevator?／电梯在哪儿？／Thang máy ở đâu?)

🇪 Particles are also attached to the term to create various forms.

🇨 还可以附加助词，进行多种表现。

🇻 Ngoài ra, cũng có thể thêm các trợ từ để mở rộng cách diễn tả.

EX どこに、どこで、どこから、どこへ、どこの、どこが

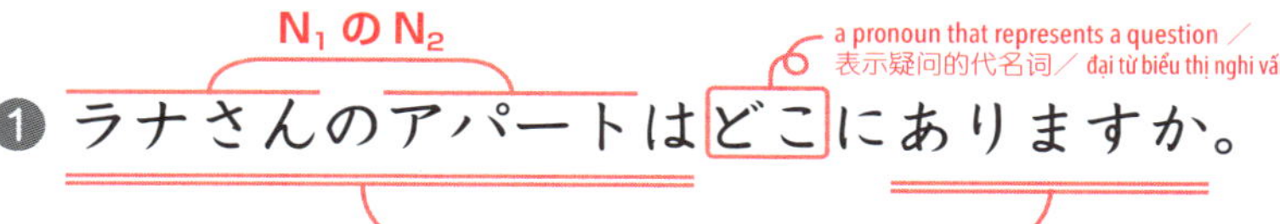

❷ **NAな N**　かんたんな ちずを かいて 送って ください。
represent the object of an action／表示动作的对象／biểu thị đối tượng hành động · **V て V** · request／依赖／nhờ vả, yêu cầu · **V てください**

🇪 In this form, the predicate, 「V て V」, is followed by a request, 「～てください」.

🇨 谓语的部分在「V て V」后加上表示请求的「～てください」。

🇻 Phần vị ngữ bao gồm 「V て V」 và phần biểu thị yêu cầu 「～てください」.

37

Lesson

8 選択の 表現
せんたく　ひょうげん

Expressions of Choice
选择的表现
Cách lựa chọn

❶毎週 土よう日に 日本語教室が あります。❷午前の クラスと
まいしゅう　ど　び　にほんごきょうしつ　ごぜん

午後の クラスが あります。どちらが いいですか。
ごご

❶ *Maishū doyōbi ni Nihongo kyōshitsu ga arimasu.* ❷ *Gozen no kurasu to gogo no kurasu ga arimasu. Dochira ga ī desu ka?*

Vocabulary

☐ 毎週　*maishū*：Every week／每周／hàng tuần

☐ 土よう日　*doyōbi*：Saturday／星期六／Thứ 7

☐ 午前　*gozen*：Morning／上午／buổi sáng

☐ クラス　*kurasu*：Class／班／lớp học

☐ 午後　*gogo*：Afternoon／下午／buổi chiều

☐ どちら　*dochira*：Which／哪个／đằng nào

🔑 N と N

🇪 When connecting two nouns or pronouns, the particle「と」is used.

🇨 连接两个名词或代名词时用助词「と」。

🇻 Dùng trợ từ「と」khi nối 2 danh từ hoặc đại từ.

EX1 わたしと 田中さんが 行きます。（Tanaka-san and I will go.／我和田中去。／Tôi và bạn Tanaka sẽ đi.）
たなか　い

EX2 本と ノートを 買いました。（I bought books and notebooks.／买了书和笔记本。／Đã mua sách và vở.）
ほん　か

🇪 Verbs and adjectives are not connected with「と」. Rather than saying「食べると 話す」「広いとき れい」, expressions such as「食べたり 話したり (Eat and talk)」「広くて きれい (Broad and beautiful)」are used.

🇨 动词和形容词不能用「と」连接。不说「食べると 話す」「広いと きれい」、应用「食べたり 話したり」「広くて きれい」来表达。

🇻 Không thể sử dụng trợ từ「と」để nối các động từ hoặc tính từ với nhau. Sẽ không nói là「食べると 話す」「広いと きれい」mà phải dùng mẫu câu khác như「食べたり 話したり (vừa ăn vừa nói)」「広くて きれい (rộng và đẹp)」.

🔑 どちら　Which／哪个／đằng nào

🇪 An expression to used to inquire about a choice. This is a case where「こそあど」applies.「こちら」is used for close things,「そちら」is used for things close to the listener,「あちら」is used to indicate distant things, and「どちら」is used to ask a question.

🇨 是选择疑问的表现，是「こそあど」中的一种。「こちら」表示近处的事物、「そちら」用于听者一方，「あちら」只远处的事物，「どちら」表示疑问。

🇻 Là câu hỏi lựa chọn. Và là một trong các dạng「こそあど」. Dùng「こちら」khi chỉ đồ vật ở gần người nói, dùng「そちら」khi chỉ đồ vật ở gần người nghe, dùng「あちら」khi chỉ đồ vật ở xa, và sẽ sử dụng「どちら」khi đặt câu hỏi.

EX1 こちらは 新しい じしょです。（This here is a new dictionary.／这是新词典。／Đây là từ điển mới.）
あたら

EX2 そちらは 田中さんの カバンです。（Tanaka-san's bag is there.／那是田中的书包。／Đấy là túi của bạn Tanaka.）
たなか

EX3　**あちらは でぐちです。** (The exit is over there.／那边的出口。／Đằng kia là lối ra.)

🔑 疑問詞〜が いいですか
ぎ もん し
Interrogative＋〜がいいですか／疑问词＋〜がいいですか／từ nghi vấn＋〜がいいですか

E An expression used to ask someone to make a choice. In addition to「いいですか（Is this good?）」, terms such as「ほしいですか（Do you want this?）」are also used, but「いいですか」is the most basic expression of all. In these cases, the thing being chosen is followed by the particle「が」.「は」is not used.

C 是征求对方选择哪个的表现。「いいですか」之外，还使用「ほしいですか」等。「いいですか」是最基本的表现。这种情况，连接选择对象的助词为「が」，不用「は」。

V Là câu hỏi yêu cầu người nghe phải lựa chọn. Ngoài「いいですか (có thích không)」thì「ほしいですか (có muốn không)」cũng được sử dụng, tuy nhiên「いいですか」là cách nói cơ bản nhất. Trong dạng câu hỏi này thì trợ từ đặt sau đối tượng lựa chọn sẽ là「が」, không sử dụng「は」.

EX1　**どちらの じしょが いいですか。** (Which dictionary is good?／哪个词典好呢？　／ Bạn thích từ điển nào?)

EX2　**どんな りょうりが いいですか。** (What kind of meal is good?／什么料理好呢？　／ Thích ăn món ăn như thế nào?)

E「どちら」is used when asking someone to choose one selection from two options.

C「どちら」希望对方从两者中选一时使用。

V「どちら」được sử dụng khi đưa ra yêu cầu chọn một trong hai lựa chọn.

🔍 Focus on the Structure

❶

(to) decorate／修饰／bổ nghĩa

毎週 土よう日に／ 日本語教室が あります。
まいしゅう　　　　　　　に ほん ご きょうしつ

adverbial phrase about time／時間的副词句／cụm trạng từ chỉ thời gian

S - V

E Used to express that a course is taking place using a simple existential sentence. The location（どこで）has been omitted.

C 用简单存在句介绍讲座的举办，场所（どこで）被省略。

V Sử dụng câu tồn tại đơn giản để mô tả việc có lớp học. Trong đấy nơi chốn（どこで）được lược bỏ.

❷

parallel／并列／song song, ngang hàng

N₁ の N₂　　　　　N₁ の N₂

〔午前の クラス〕と 〔午後の クラス〕が あります。
ごぜん　　　　　　　　　ご ご

S - V

E Here we are given more concrete information after the previous sentence.

C 接前句，叙述更具体的内容。

V Tiếp theo ý câu trước, câu sau nêu ra nội dung cụ thể.

Lesson 9　程度の 表現
てい　ど　　　ひょうげん
Expressions of Degree
程度的表现
Cách nói mức độ

---

❶ゲームは あまり しません。❷子どもの ときも、すきではありま
こ
せんでした。

❶ *Gēmu wa awari shimasen.* ❷ *Kodomo no toki mo, suki dewa arimasendeshita.*

Vocabulary

☐ ゲーム　*gēmu*：Game／游戏／ game

☐ あまり～ません　*amari ~*：Not very much／不太～／ không ～ mấy, không ～ lắm

☐ 子ども　*kodomo*：Child／小孩／ đứa trẻ

☐ とき　*toki*：Time／时侯／ khi, lúc

🔑 ～は ～ません　Do not N／N不 V／ N thì không ～

E「ゲームを する」is the normal way to express this, but in cases where you want to put emphasis on games, the particle「は」is used after「ゲーム」instead. This is to make clear the object of the action.

C「ゲームを する」是一般的说法，特别想强调的时候，在「ゲーム」的后面换成助词「は」。这是为了明确地强调动作的对象。

V Bình thường sẽ nói「ゲームを する」, nhưng lúc muốn nhấn mạnh việc chơi game thì đặt trợ từ「は」ngay sau「ゲーム」. Việc này là để làm rõ ràng đối tượng hành động.

EX1 おさけを 飲みません。（I do not drink alcohol.／不喝酒。／ Tôi không uống rượu.）
の
▶おさけは 飲みません。（I do not drink alcohol.／酒不喝。／ Rượu thì tôi không uống.）
の

EX2 スポーツを しません。（I do not play sports.／不运动／ Tôi không chơi thể thao.）
▶スポーツは しません。（I do not play sports.／不运动／ Thể thao thì tôi không chơi.）

🔑 あまり ～ません　Do not ～ very much／不运动／ không ～ mấy, không ～ lắm

E「あまり ～ない」is used to show that something is to a low degree. When it is not very cold,「あまりさむくないです」is used, while if you do not drink very often or very much, you would say「あまり 飲みません」.

C 表示程度低时用「あまり ～ない」。不是十分冷时说「あまり さむくないです」，喝酒的次数不多时应说「あまり 飲みません」。

V Dùng「あまり ～ない」để chỉ mức độ thấp. Khi trời không lạnh lắm thì nói「あまり さむくないです」, nếu số lần hoặc số lượng rượu uống ít thì nói「あまり 飲みません」.

EX スポーツは あまり しません。（I do not play sports very often.／不太运动。／ Thể thao thì tôi không chơi mấy.）

E This can be used regarding a condition or property, rather than the object of an action.

C 不只是动作的对象，也可以用在表示状态及性质方面。

V Ngoài ra, không chỉ là đối tượng hàng động, cũng có thể dùng cho cả tình trạng hoặc tính chất.

EX この しょうせつは あまり おもしろくないです。
（This novel is not very interesting.／这本小说不太有意思。／ Tiểu thuyết này không hay lắm.）

🔑 **NAではありません**　not NA／不 NA／không phải NA

Ⓔ *Na*-adjectives such as 「好き」 take 「～です」「～だ」 at the end of sentences and 「～な」 before a noun. The negative form is 「～ではありません」 while the past form is 「～ではありませんでした」.

Ⓒ 象「好き」等ナ形容词句末接「～です」「～だ」，名词前用「～な」，否定为「～ではありません」，过去式为「～ではありませんでした」。

Ⓥ Tính từ đuôi NA như 「好き」 thành 「～です」「～だ」 ở cuối câu còn「～な」 ở trước danh từ. Dạng phủ định trong thì hiện tại là 「～ではありません」, còn dạng phủ định trong thì quá khứ là 「～ではありませんでした」.

> **EX1** Ⓐ 田中さんは **げんきですか**。　(Is Tanaka-san energetic?／田中还好吧？／Bạn Tanaka có khoẻ không？)
> た なか
> Ⓑ いえ、あまり **げんきではない**です。　(No, he is not very energetic.／不，不太好。／Không, bạn ấy không được khoẻ lắm.)
>
> **EX2** Ⓐ 田中さんは **げんきでしたか**。　(Was Tanaka-san energetic?／田中还好吧?／Bạn Tanaka có khoẻ không?)
> た なか
> Ⓑ いえ、あまり **げんきではなかった**です。
> (No, he was not very energetic.／不，不太好。／Không, bạn ấy đã không được khoẻ lắm.)

Ⓔ In friendly conversations, 「では」 can become 「じゃ」.

Ⓒ 在关系比较亲密的会话中「では」可换成「じゃ」。

Ⓥ Trong hội thoại với người có quan hệ thân thiết, 「では」 sẽ thành 「じゃ」.

> **EX** ゲームは すき**じゃ**なかったです。　(I didn't like games.／游戏不喜欢。／Ví dụ) Tôi không thích chơi game.)

🔍 Focus on the Structure

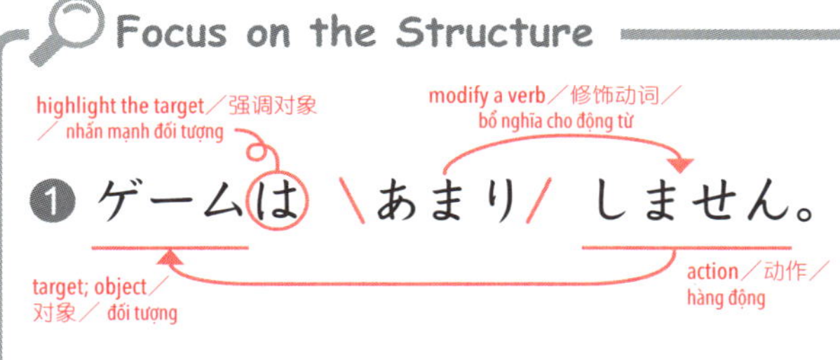

Ⓔ This sentence is easier to understand if you understand that「ゲーム」 is the topic, while the subject, 「わたし」 is omitted.

Ⓒ 「ゲーム」是主题，主语「わたし」被省略，这样比较容易理解。

Ⓥ Coi chủ đề là 「ゲーム」 và chủ ngữ là 「わたし」 đã lược bỏ thì bạn có thể nắm được ý nghĩa một cách dễ dàng.

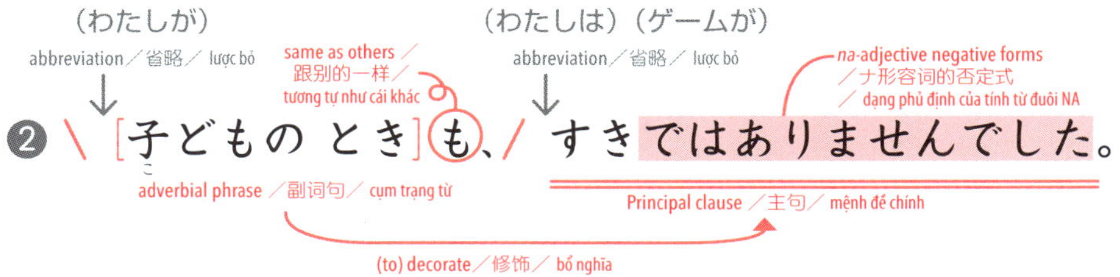

Ⓔ The 「ゲームは」 in 「ゲームは すきではありませんでした」 has been omitted.

Ⓒ 「ゲームは すきではありませんでした」的「ゲームは」被省略。

Ⓥ 「ゲームは」 trong 「ゲームは すきではありませんでした」 đã được lược bỏ.

Lesson 10　数や　色の　表現
（かず）（いろ）（ひょうげん）

Expressing Numbers and Colors
数量及颜色的表现
Cách nói về con số và màu sắc

---

❶ いりぐちに　かさが　2本　あります。赤い　かさと　青い　かさです。
（ほん）　　　　　　　　（あか）　　　　（あお）

❷ 田中さんのは　どっちですか。
（たなか）

❶*Iriguchi ni kasa ga ni-hon arimasu. Akai kasa to aoi kasa desu.* ❷*Tanaka-san no wa docchi desu ka?*

Vocabulary

☐ いりぐち　　*iriguchi*：Entrance／门口／cửa vào

☐ かさ　　*kasa*：Umbrella／雨伞／ô

☐ 〜本　　*~hon/bon/pon*：Counter for long cylindrical objects／〜把／〜chiếc/cái

☐ 赤い　　*akai*：Red／红／đỏ

☐ 青い　　*aoi*：Blue／蓝／xanh

〜本
（ほん／ぼん／ぽん）

E「本」is a word used to count the number of long cylindrical objects and acts as a "counter."

C「本」是数像细长的棒子一样的东西使用的词，是「量词」之一。

V「本」được sử dụng khi đếm cái gì đó thon dài, và là một trong những "trợ từ đếm".

> **EX1**　えんぴつが　3本　あります。（There are three pencils.／铅笔有三支／Có 3 cái bút chì.）
> （ぼん）
>
> **EX2**　公園の　前に　大きな　木が　1本　あります。
> （こうえん）（まえ）（おお）（き）（ぽん）
> （There is one large tree in front of the park.／公园前有一棵很大的树。／Ở trước công viên có một cái cây lớn.）

色の　表現
（いろ）（ひょうげん）　An expression of color／颜色的表现／Cách nói màu sắc

EColor is mostly expressed through *i*-adjectives that signify color, but some colors do not have *i*-adjectives.

C颜色的表现主要以イ形容词为主，也有不是イ形容词的颜色。

VNhững từ chỉ màu sắc chủ yếu là tính từ đuôi I, tuy nhiên cũng có một số từ chỉ màu sắc không có dạng tính từ đuôi I.

> **EX1**　白い　シャツ（white shirt／白衬衫／áo sơ mi màu trắng）　　黒い　くつ（black shoes／黑鞋／giày đen）
> （しろ）　　　　　　　　　　　　　　　　　　　　　　　　（くろ）
>
> **EX2**　緑（色）の　カーテン（×緑いカーテン）（Green curtain／绿色窗帘／cái rèm màu xanh lá cây）
> （みどり）（いろ）　　　　　　（みどり）

EEven when a color has an *i*-adjective, it is often still used as a noun.

C还有虽然是イ形容词，却常使用名词形。

VNgoài ra, có những từ chỉ màu sắc dù là tính từ đuôi I nhưng cũng hay được dùng dưới dạng danh từ.

> **EX**　白の　ズボン（White pants／白色的裤子／quần màu trắng）　　黒の　かばん（black bag／黑色的书包／cặp màu đen）
> （しろ）　　　　　　　　　　　　　　　　　　　　　　（くろ）

〜の［名詞の　省略
（めいし）（しょうりゃく）　omission of a noun／名词的省略／lược bỏ danh từ］

EThe「の」in「田中さんの」is used here in place of「かさ」.「田中さんの　かさ」can also be said, but「の」is used in order to avoid repetition.

C「田中さんの」的「の」是指「かさ」。可以说「田中さんの　かさ」，为了避免重复，常用「の」。

V「の」trong「田中さんの」thay thế cho「かさ」. Cũng có thể nói「田中さんの　かさ」, nhưng thường dùng「の」để tránh sự lặp lại.

> **EX1** 学生の 机は 小さいです。**先生の**は 大きいです。
> がくせい つくえ ちい せんせい おお
> (The students' tables are small. Sensei's is large.／学生的桌子小，老师的大。／Bàn của sinh viên nhỏ. Còn bàn của giáo viên thì to.)
>
> **EX2** あの 白い かばんが わたしのです。**田中さんの**は どんな 色ですか。
> しろ た なか いろ
> (That white bag is mine. What color is yours, Tanaka-san?／那个白书包是我的，田中的是什么颜色？／Cái cặp màu trắng kia là của tôi. Cái của bạn Tanaka màu gì?)

Ⓔ Be careful, as this cannot be done when the noun being repeated is a person.
Ⓒ 人的情况时不能同样使用。
Ⓥ Chú ý trong trường hợp đối tượng lặp lại là con người thì không thể nói như vậy.

> **EX** かれの お母さんは…
> かあ
> ⇒ かれのは…（×）

Ⓔ Also, in this case, 「田中さん」 refers to the listener. 「あなた」 can also be used, but in many cases the listener's name is used with 「さん」 attached.
Ⓒ 这里的 「田中さん」 是指听者。也可以说 「あなた」，但通常多在听者姓后加 「さん」。
Ⓥ 「田中さん」 ở đây chỉ người nghe. Cũng có thể sử dụng 「あなた」, nhưng thường gọi tên người nghe và dùng 「さん」 sau đó.

> **EX1** **青木さん**、ちょっと これを 見て ください。
> あお き み
> (Aoki-san, please take a look at this.／青木，你看一下这个。／Bạn Aoki ơi, hãy xem cái này một chút.)
>
> **EX2** この じしょは **よしこさんの** ですか。
> (Is this dictionary yours, Yoshiko-san?／这个词典是 YOSHIKO的吗？／Cuốn từ điển này là của bạn Yoshiko phải không?)

🔑 どっち　Which／不太 V／cái nào

Ⓔ This has the same meaning as 「どちら」, but 「どっち」 is used when speaking to those you are close to. 「こっち・そっち・あっち」 is also used with the same meanings as 「こちら・そちら・あちら」.
Ⓒ 跟 「どちら」 意思相同，「どっち」 用于比较亲近的关系。「こっち·そっち·あっち」 也跟 「こちら·そちら·あちら」 意思相同。
Ⓥ Cùng một ý nghĩa với「どちら」, nhưng「どっち」được sử dụng trong hội thoại với người có quan hệ thân thiết.「こっち・そっち・あっち」cũng tương đồng với「こちら・そちら・あちら」.

🔍 Focus on the Structure

adverbial phrase about place／
场所的副词句／cụm trạng từ chỉ địa điểm

quantity／数量／
số lượng

modify a verb／修饰动词／
bổ nghĩa cho động từ

❶ ＼いりぐちに／ かさが ２本 あります。
ほん
S - V

Ⓔ Signifying the existence of a person or thing is often expressed in the form 「Nが＋ quantity ＋います／あります」.
Ⓒ 表示人或事物存在的场合、多用于 「Nが＋数量＋います／あります」 的形式。
Ⓥ Khi chỉ sự tồn tại của người hoặc đồ vật, mẫu câu 「Nが＋ số lượng ＋います／あります」 hay được sử dụng.

（赤い かさと 青い かさの）

the nominalizing "no"／
名词化的「の」／「の」để danh từ hoá

abbreviation／省略／lược bỏ
↓

❷ ［田中さんの］は どっちですか。
た なか
S - V

Ⓔ The （　） in 「田中さんの （かさ）は （赤いかさと 青いかさの） どっちですか」 has been omitted to shorten the sentence.
Ⓒ 「田中さんの （かさ）は （赤いかさと 青いかさの） どっちですか」 中的 （　） 部分是被省略的缩短形。
Ⓥ Là dạng rút gọn phần trong ngoặc（　）trong câu 「田中さんの （かさ）は （赤いかさと 青いかさの） どっちですか」.

ふくしゅう　§1 (Lesson 1-10)

I　つぎの　❶〜❻の　＿＿＿＿に　合う　ものを　a〜gの　中から　えらんで、文を　つく
りましょう。

Choose what best goes in blanks ❶〜❻ from a〜g to create a sentence.
请从a〜g中选择适合下面❶〜❻的 ____ 进行造句。
Chọn một từ hoặc một cụm từ trong a〜g để điền vào chỗ ____ trong câu ❶〜❻ và hoàn thành câu.

❶　きょねんの　3月、日本に　＿＿＿＿＿＿＿＿＿＿＿＿＿＿＿＿＿＿。

❷　このまちに　来る　前は　＿＿＿＿＿＿＿＿＿＿＿＿＿＿＿＿＿。

❸　カルロスさんは　どんな　くつが　＿＿＿＿＿＿＿＿＿＿＿＿＿＿＿＿＿。

❹　いい　てんきです。外も　＿＿＿＿＿＿＿＿＿＿＿＿＿＿＿＿＿。

❺　午前の　クラスと　午後の　クラスと　＿＿＿＿＿＿＿＿＿＿＿＿＿＿＿＿。

❻　ラナさんの　アパートは　＿＿＿＿＿＿＿＿＿＿＿＿＿＿＿＿＿。

a. どっちが　いいですか　　　　　　　b. すきですか

c. さむくないです　　　　　　　　　　d. どこに　ありますか

e. この　みちを　とおります　　　　　f. となりの　まちに　いました

g. 来ました

II　（　　）の　中に　入れる　ことばを　a〜dから　えらびましょう。

Choose words to put in (　) from a〜d.
请从a〜d中选择正确的词语填入(　)内。
Chọn một từ hoặc một cụm từ trong a〜d để điền vào chỗ(　).

❶　店の　中には　人が　（　　　　）　います。

a. おぜい　　　　　b. おおぜ　　　　　c. おおぜい　　　　d. おぜい

❷　いりぐちに　かさが　（　　　　）　あります。

a. 2はん　　　　　b. 2ほん　　　　　c. 2ぱん　　　　　d. 2ぽん

❸　わたしは　きのう、（　　　）買いませんでした。

　　a．なにか　　　　　b．なにを　　　　　c．なにも　　　　　d．なんか

❹　さくらさんは　（　　　）　へやが　すきですか。

　　a．どれ　　　　　　b．どこ　　　　　　c．どんな　　　　　d．そんな

❺　かんたんな　ちずを　かいて、（　　　）ください。

　　a．おくて　　　　　b．おくる　　　　　c．おくって　　　　d．おく

❻　ゲームは　あまり　（　　　）ではありません。

　　a．すき　　　　　　b．すく　　　　　　c．すいて　　　　　d．すきて

Ⅲ　つぎの　❶〜❻の　＿＿＿に　合う　ものを　a〜gの　中から　えらんで、文を　つくりましょう。

Choose what matches the following ＿＿ marks ❶〜❻ from a〜g to create a sentence.
请从 a〜g 中选择适合下面❶〜❻的 ＿＿ 进行造句。
Chọn một cụm từ trong a 〜 g để điền vào chỗ ＿＿ trong câu ❶〜❻ và hoàn thành câu.

❶　＿＿＿＿＿＿＿＿＿＿＿＿＿＿　この　みちを　とおります。

❷　＿＿＿＿＿＿＿＿＿＿＿＿、でんわします。

❸　＿＿＿＿＿＿＿＿＿＿＿　はやく　ねました。

❹　＿＿＿＿＿＿＿＿＿＿＿　来ました。

❺　＿＿＿＿＿＿＿＿＿＿＿＿、あります。

❻　＿＿＿＿＿＿＿＿＿＿＿　読みませんでした。

a．ことしの　3月、日本に　　　　　b．この　町には　大きな　としょかんが
c．会社へ　あるいて　行く　ときは　d．田中さんは、いぬが
e．くすりを　のんで　　　　　　　　f．まいばん、くにの　かぞくに
g．学生の　ころ、あまり　しんぶんを

モデル文章の 訳
ぶんしょう　やく

Model Sentence Translations
模式文章的翻译
Phần dịch của đoạn văn mẫu

Lesson ❶

E ❶I am an exchange student of A University. ❷I came to Japan in March of last year.

C ❶我是 A 大学的留学生，❷去年 3 月来日本的。

V ❶Tôi là lưu học sinh trường đại học A. ❷Tôi sang Nhật vào tháng 3 năm ngoái.

Lesson ❷

E ❶There is a large pond near my college. ❷There are many fish inside the pond.

C ❶大学附近有一个很大的池子，❷池子里有很多鱼。

V ❶Ở gần trường đại học có cái ao to. ❷Trong ao có nhiều cá.

Lesson ❸

E ❶I have been in this town for three years. ❷Before I came here, I was in the neighboring town.

C ❶我住在这个镇上三年了，❷来这里之前住在旁边的镇子里。

V ❶Tôi ở thành phố này trong 3 năm nay. ❷Trước khi đến thành phố này, tôi đã ở thành phố bên cạnh.

Lesson ❹

E ❶Did you buy something yesterday? ❷I didn't buy anything.

C ❶昨天你买了什么了吗? ❷我什么也没买。

V ❶Hôm qua bạn có mua gì không? ❷Tôi thì không mua gì cả.

Lesson ❺

E ❶I like lively towns. ❷But I prefer quiet rooms. ❸What kinds of rooms do you like, Sakura-san?

C ❶我喜欢热闹的城镇。❷不过房间还是安静的好。❸樱小姐你喜欢什么样的房间?

V ❶Tôi thích thành phố náo nhiệt. ❷Nhưng với phòng thì tôi thích nơi yên tĩnh. ❸Bạn Sakura thích phòng như thế nào?

Lesson ❻

E The weather is nice today. It isn't cold outside, either. ❶Our teacher said "Isn't the weather nice today?" too.

C 今天是个好天。外边儿也不冷。❶老师也说今天天气非常好。

V Hôm nay trời đẹp. Ngoài trời cũng không lạnh. ❶Cô giáo cũng nói là "Hôm nay trời đẹp lắm nhỉ".

Lesson ❼

E ❶Where is Lana-san's apartment? ❷Please draw a simple map and send it.

C ❶拉娜家的公寓在哪儿? ❷请画张简单的地图发给我。

V ❶Chung cư của bạn Lana ở đâu? ❷Bạn hãy vẽ bản đồ đơn giản rồi gửi cho tôi.

Lesson ❽

E ❶Every week on Saturday, Japanese classes are held. ❷There are morning classes and afternoon classes. Which do you prefer?

C ❶每周六有日语课。❷有上午的班和下午的班，哪个班好呢?

V ❶Thứ 7 hàng tuần có lớp học tiếng Nhật. ❷Có lớp học buổi sáng và lớp học buổi chiều. Bạn thích học lớp nào hơn?

Lesson ❾

Ⓔ❶I do not play many games. ❷Even when I was a child, I did not like them.

Ⓒ❶我不太玩游戏，❷小时候也不喜欢。

Ⓥ❶Tôi không chơi game mấy. ❷Ngay cả hồi còn nhỏ, tôi cũng không thích.

Lesson ❿

Ⓔ❶There are two umbrellas at the entrance. A red umbrella and a blue umbrella. 2: Which is yours, Tanaka-san?

Ⓒ❶门口有两把伞，一把是红的，一把是蓝的。❷田中的是哪把?

Ⓥ❶Ở cửa ra vào có hai cái ô. Một cái màu đỏ và một cái màu xanh. ❷Cái của bạn Tanaka là cái nào?

ふくしゅうの こたえ　Review Answers／复习答案／Đáp án bài ôn tập　§1 (Lesson1-10)

Ⅰ	❶g	❷f	❸b	❹c	❺a	❻d
Ⅱ	❶c	❷b	❸c	❹c	❺c	❻a
Ⅲ	❶c	❷f	❸e	❹a	❺b	❻g

Lesson 11　状態の 表現（じょうたい　の ひょうげん）
Expressions of Condition
状态的表现
Cách nói tình trạng

> こんにちは。げんきですか。❶日本（にほん）の せいかつは どうですか。
> ❷もう、なれましたか。
>
> *Konnichiwa. Genki desu ka?* ❶ *Nihon no sēkatsu wa dō desu ka.* ❷ *Mō naremashita ka?*

Vocabulary

□ せいかつ　*sēkatsu*：life／生活／cuộc sống

□ どう　*dō*：how／怎么／thế nào

□ もう　*mō*：already／已经／đã, rồi

□ なれます　*naremasu*：become used to／习惯／quen

🔑 どう　How／怎么／thế nào

Ⓔ「どう」represents a question regarding condition or method.「どう」also follows the「こそあど」system, resulting in the corresponding terms「こう」「そう」and「ああ」.

Ⓒ「どう」是询问有关状态及方法的疑问词。「どう」也和「こそあど」体系相同，与此相对应的有「こう」「そう」「ああ」。

Ⓥ「どう」mô tả câu hỏi liên quan đến tình trạng hoặc phương pháp.「どう」cũng thuộc hệ thống「こそあど」và có dạng「こう」「そう」「ああ」.

EX1　Ⓐ さくらさんの なまえは どう書（か）きますか。
(How do you write your name, Sakura-san?／SAKURA的名字怎么写？／Tên bạn Sakura viết như thế nào?)

Ⓑ こう 書（か）きます。ぜんぶ ひらがなです。
(I write it this way. In all hiragana.／这么写，都是平假名。／Viết như thế này. Viết bằng chữ mềm hết.)

Ⓐ あ、そう 書（か）きますか。わかりました。
(Oh, so that is how you write it. I understand.／啊！是那么写啊！知道了。／A, viết như thế à. Tôi hiểu rồi.)

EX2　あの 時（とき）は ああ 言（い）いましたが、ほんとうは おいしくなかったです。
(I may have said that then, but it actually didn't taste good.／那时我是那么说的，不过真的不好吃。／Lúc đó tôi đã nói thế, nhưng thực tế thì không ngon.)

🔑 もう　Already／已经／đã

Ⓔ「もう」represents that a state has been reached or that an action has been completed.

Ⓒ「もう」是表示「已经达到某种状态」或「某个动作已经完了」。

Ⓥ「もう」biểu thị ý "đã đến một trạng thái nào đó" hoặc "một hành động nào đó đã được hoàn thành".

EX1　もう なつですね。(It's already summer, isn't it?／已经夏天了啊！／Đã đến mùa hè rồi nhỉ.)

EX2　しゅくだいはもうやりましたか。(Have you done your homework already?／作业已经做完了吗？／Bạn đã làm xong bài tập chưa?)

🔑 Vました ［現在の 状態 Current state／现在的状态／trạng thái hiện tại］

E　「Vました」 is generally used to indicate the past, such as in 「きのう、早く ねました (I went to sleep early yesterday),」 but it is also used for present conditions. It represents that a state has been reached and that it continues to be true.

C　「Vました」基本上跟「きのう、早く ねました（昨天我早点儿睡了）。」相似，既可以使用在过去的事情上，也可以用在表示现在的状态上。表示达到某种状态，现在其状态也在持续。

V　Theo cơ bản thì 「Vました」 được sử dụng khi nói đến việc trong quá khứ như 「きのう、早く ねました (Hôm qua tôi đã đi ngủ sớm.)」, tuy nhiên cũng có lúc sử dụng cho trạng thái hiện tại. Nó biểu thị việc đã đến trạng thái nào đó và hiện giờ vẫn thế.

EX1　（せつめいを 聞いて） はい、**わかりました。**

（(Hearing an explanation) Okay, I understand.／(听说明) 哦！我明白了。／ (Khi được nghe giải thích) Vâng, tôi hiểu rồi.）

EX2　**つかれましたか。** じゃ、やすんで ください。

（So you're tired? Then please rest.／你累了吗？那，请休息吧。／ Bạn đã mệt rồi à. Thế thì hãy nghỉ ngơi đi.）

🔍 Focus on the Structure

①

E　「どうですか」 is an expression used to ask about the status or one's thoughts about a matter.

C　「どうですか」是询问对某个事物的状态或感想的表现。

V　「どうですか」 là cách hỏi tình trạng hoặc cảm tưởng về một việc nào đó.

②

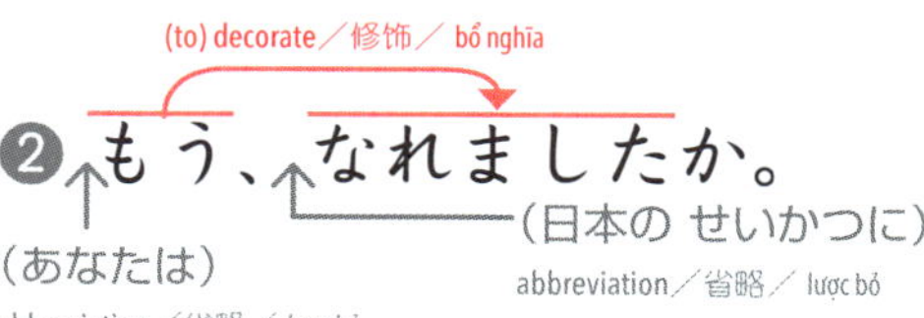

E　「もう＋Vました」 works the same way as the English 「have＋p.p.」. It represents a completed action or change.

C　「もう＋Vました」与英语的「have＋p.p.」相同，表示动作及变化的完了。

V　「もう＋Vました」 giống với 「have＋p.p.」 trong tiếng Anh. Mẫu câu này biểu thị sự hoàn thành của hành động hoặc sự thay đổi.

Grammar Target

◆ ～も ～も
◆ ～が［逆接］　◆ ～じゅう
◆ V ています

Lesson

12 動作の 継続の 表現
どうさ　けいぞく　ひょうげん

Expression that an action is continuing
动作持续的表现
Cách nói sự liên tục của hành động

---

❶石川さんは 大学でも 家でも べんきょうします。❷きょうも
いしかわ　　　　　　だいがく　　　　いえ

いい 天気ですが、一日じゅう べんきょうしています。
てんき　　　　　いちにち

❶ *Ishikawa-san wa daigaku demo ie demo benkyō shimasu.* ❷ *Kyō mo ītenki desu ga, ichinichi jū benkyō shiteimasu.*

Vocabulary

□ べんきょうします　*benkyō shimasu*：to study／学习／học　　□ 一日じゅう　*ichinichi jū*：all day long／整天／suốt cả ngày

---

🔑 **～も ～も** Whether ~ or ~／又～又～／cả ～ cả ～

Ⓔ Represents that a matter holds true in two or more situations or locations.
Ⓒ 表示某种事物在两个以上场所等都成立。
Ⓥ Biểu thị một việc nào đó được thực hiện ở 2 địa điểm trở lên.

EX1 ここには、電車も バスも ありません。
(There are neither trains nor busses here.／这里既没电车也没公共汽车。／Ở đây thì cả tàu điện và xe buýt đều không có.)

EX2 かれは べんきょうでも スポーツでも クラスで いちばんです。
(Whether it is studying or sports, he is number one in the class.／他无论在学习上还是在体育上都是班里第一。／Anh ấy giỏi nhất lớp cả về học tập và thể thao.)

🔑 **～が ［逆接** contradictory conjunction／逆接／liên kết nghịch**］**
ぎゃくせつ

Ⓔ A particle that represents a contradictory conjunction.
Ⓒ 表示逆接的助词。
Ⓥ Là trợ từ chỉ liên kết nghịch.

EX 安いですが、とてもおいしいです。 (It is cheap, but it is very delicious.／便宜但很好吃。／Rẻ nhưng rất ngon.)

🔑 **一日じゅう** All day long／一整天／suốt cả ngày
いちにち

Ⓔ The 「じゅう」 in 「一日じゅう」 means "throughout the period of time." This is also used in other expressions, 「今年じゅう（All of this year）」「今週じゅう（All of this week）」「一年じゅう（Throughout the year）」 and so on. When attached to terms that indicate location, it means "in all places relating to this location."

Ⓒ 「一日じゅう」 的 「じゅう」 是表示「那整个的时间」的意思。除此以外还有「今年じゅう」「今週じゅう」「一年じゅう」等用法。附加在表示场所的词后，表示「那个场所的所有地方」。

Ⓥ 「じゅう」 trong 「一日じゅう」 mang ý nghĩa là "liên tục trong một khoảng thời gian". Ngoài ra cũng có thể nói 「今年じゅう (suốt cả năm nay)」「今週じゅう (suốt cả tuần này)」「一年じゅう (quanh năm)」. Nếu đi cùng từ chỉ địa điểm thì sẽ mang ý nghĩa là "ở khắp mọi nơi của địa điểm".

EX せかいじゅうに A社の 店が あります。
しゃ　みせ
(A's stores are found around the world.／全世界都有 A企业的店。／Trên khắp thế giới đều có cửa hàng của công ty A.)

🔑 V ています

E 「勉強しています」represents that the action of「勉強する」continues.

C 「勉強しています」是表示「勉強する」这一动作的持续。

V 「勉強しています」biểu thị hành động「勉強する (học)」vẫn còn tiếp tục.

EX1 子どもたちは 一日じゅう 外で あそんでいます。
（The kids have been playing outside all day long.／孩子们整天都在外边玩儿。／ Lũ trẻ chơi ở ngoài suốt cả ngày.）

EX2 あの 学生は なつ休みじゅう、アルバイトを しています。
（That student is working a part-time job throughout the summer.／那个学生整个暑假都在打工。／ Sinh viên ấy đi làm thêm suốt cả kỳ nghỉ hè.）

E When together with a term that represents the present such as「いま」, it represents an action that is ongoing.

C 还有与「いま」这样表示现在的词一起表示「正在进行」的动作。

V Ngoài ra, nếu đi cùng với từ chỉ hiện tại như「いま」thì sẽ mô tả hành động "đang diễn ra".

EX1 子どもたちは いま ねています。（The children are sleeping right now.／孩子们现在在睡觉。／ Lũ trẻ bây giờ đang ngủ.）

EX2 いま 雨が ふっています。あとで 出かけましょう。
（It is raining right now. So let's go out later.／现在下着雨，一会儿再出去吧。／ Bây giờ trời đang mưa. Hãy đi ra ngoài sau nhé.）

🔍 Focus on the Structure

adverbial phrase ／副词句／ cụm trạng từ

① 石川さんは 大学でも 家でも べんきょうします。

N₁ でも　　N₂ でも

S - V

E 「でも」is a combination of「で」, which indicates place, and「も」, which represents that something holds true in more than one place.

C 「でも」是表示场所的「で」和表示相同事物成立的「も」的结合。

V 「でも」là dạng kết hợp trợ từ chỉ nơi chốn「で」và trợ từ biểu thị sự giống nhau「も」.

represents that something is the same as others
／表示与其他相同／ biểu thị sự tương tự với cái khác

contradictory conjunction
／逆接／ liên kết nghịch

N じゅう

② ［きょうも ［いい 天気］ですが、］ 一日 じゅう

adverbial clause／副词节／ mệnh đề trạng từ

adverbial phrase ／副词句／ cụm trạng từ

subject／主语／ chủ ngữ
（石川さんは）
abbreviation／省略／ lược bỏ

V て form
V ています
progressive form／进行式／ thể tiếp diễn

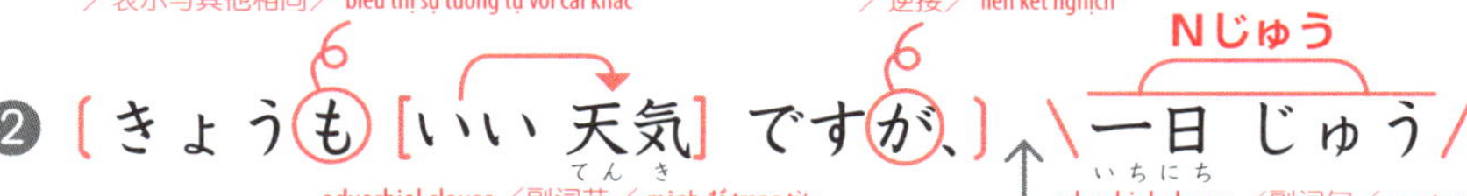

べんきょうし ています。

E 「〜じゅう V ています」represents that an action or condition continues throughout a given period.

C 「〜じゅう V ています」是表示在一定的时间期间，动作及状态的持续。

V 「〜じゅう V ています」mang ý nghĩa là hàng động hoặc tình trạng nào đó liên tục trong một khoảng thời gian nhất định.

Lesson

13 枚数の 表現
まいすう　　ひょうげん

Expressions of Quantity
张数的表现
Cách đếm số tờ

パーティーの しゃしんを 送りますね。❶ぜんぶで 8まいです。
おく
❷この 中の どれを 使いますか。
なか　　　　　　つか

Pāthī no shashin o okurimasu ne. ❶Zenbu de 8-mai desu. ❷Kono naka no dore o tsukaimasu ka?

Vocabulary

- □ パーティー　*pāthī*：party／派对／tiệc, liên hoan
- □ ～枚　*~mai*：(counter for flat objects)／～张／～ tấm, tờ
- □ どれ　*dore*：which／哪个／cái nào
- □ 使います　*tsukaimasu*：use／用／sử dụng

🔑 ～で［基準や 条件 Standard or conditions／标准或条件／tiêu chuẩn vị hoặc điều kiện］
　　　　き じゅん　じょうけん

E The「で」in「ぜんぶで」is a particle that indicates a unit or standard of a quantity.

C「ぜんぶで」的「で」是表示数量单位或标准的助词。

V「で」trong「ぜんぶで」là trợ từ chỉ đơn vị hoặc tiêu chuẩn số lượng.

EX1 5人で 1つの へやを 使います。
にん　　　　　　　　　つか
(Five of us use one room.／五个人一个房间。／5 người cùng sử dụng một phòng.)

EX2 ぜんぶで いくらですか。 (How much is it in total?／一共多少钱？／Toàn bộ hết bao nhiêu tiền?)

🔑 ～まい (counter for flat objects)／～张／～ tờ/tấm

E The「まい」in「4まい」is a counter used to count thin, flat objects such as pieces of paper.

C「4まい」的「まい」是数像纸等那样薄的东西而使用的数量词。

V「まい」trong「4まい」là trợ từ đếm được sử dụng khi đếm vật mỏng như tờ giấy.

EX1 わたしの レポートは 6まいです。 (My report is six pages long.／我写的报告有 6张。／Báo cáo của tôi gồm 6 tờ.)

EX2 青い シャツは 2まい 持っています。 (I have two blue shirts.／蓝色的衬衫有两件。／Tôi có 2 chiếc áo sơ mi màu xanh.)
あお　　　　　　　　　　も

 どれ　Which／哪个／cái nào

E「どれ」is an expression used to ask about one selection out of three or more choices.「これ」refers to something close to the speaker「それ」refers to something close to the listener, and「あれ」refers to something far from both.

C「どれ」是询问三个以上之中的一个时使用的疑问词。「これ」是离说话人近的，「それ」是离听话人近的，或话题中的事物，「あれ」是指离得远的事物。

V「どれ」được sử dụng khi đưa ra yêu cầu chọn một trong 3 lựa chọn trở lên. Dùng「これ」khi chỉ đồ vật ở gần người nói, dùng「それ」khi chỉ đồ vật ở gần người nghe hoặc đồ vật đang được nhắc đến, dùng「あれ」khi chỉ đồ vật ở xa.

> **EX** Ⓐ いいのが たくさん ありますね。**どれ**を 買いますか。
>
> （There are many good ones. Which will you buy?／有很多好东西，买哪个呢？　／　A: Có nhiều thứ tốt nhỉ. Bạn chọn mua cái nào?）
>
> Ⓑ **これ**が いいです。この 色が すきです。
>
> （I like this one. I like the color.／这个好，喜欢这个颜色。／　Tôi lấy cái này. Tôi thích màu này.）
>
> Ⓐ ああ、**それ**は いいですね。じゃ、わたしは **あれ**を 買います。
>
> （Yes, that one is good. In that case, I'll get that one over there.／嗯，那个不错啊！那我买那个。　／　A, cái đấy được đấy. Thế thì tôi lấy cái kia.）

🔍 Focus on the Structure

unit; standard／单位・标准／đơn vị, tiêu chuẩn

quantity／数量／số lượng

❶（写真は）**ぜんぶで** **8まいです。**

（写真は）abbreviation／省略／lược bỏ

predicate／谓语／vị ngữ

EA unit or standard goes in N_1, while an amount goes in N_2.

CN_1 是单位或标准，N_2 是数量。

VN_1 là đơn vị hoặc tiêu chuẩn, còn N_2 là số lượng.

(to) decorate／修饰／bổ nghĩa

represent the object of an action／表示动作的对象／biểu thị đối tượng hành động

❷ この 中の **どれ**を 使いますか。

（あなたは）abbreviation／省略／lược bỏ

(to) decorate／修饰／bổ nghĩa

predicate／谓语／vị ngữ

EWhen there are two choices,「どっち／どちら」is used, while「どれ」is used when there are three or more.

C选项是两个时用「どっち／どちら」，三个以上时用「どれ」。

V「どっち／どちら」được sử dụng khi đưa ra 2 lựa chọn,「どれ」được sử dụng khi đưa ra 3 lựa chọn trở lên.

Lesson 14　距離の 表現（きょり の ひょうげん）
Expressions of Distance
距离的表现
Cách nói cự ly

❶駅（えき）から 会社（かいしゃ）まで 歩（ある）いて 10分（ぷん）ぐらいです。❷とちゅうに 公園（こうえん）や 小学校（しょうがっこう）が あります。

❶ *Eki kara kaisha made 10-ppun gurai desu.* ❷ *Tochū ni kōen ya shōgakkō ga arimasu.*

Vocabulary

- 駅　*eki*：station／车站／nhà ga
- 会社　*kaisha*：company／公司／công ty
- 歩いて　*aruite*：walking／走着／đi bộ
- とちゅう　*tochū*：on the way／半道／giữa chừng
- 小学校　*shōgakkō*：：elementary school／小学／trường tiểu học

🔑 ～から ～まで　From ~ to ~／从～到～／từ～ đến～

Ⓔ The「から」in「駅から」indicates the location one leaves from, while「まで」indicates the place being reached.

Ⓒ「駅から」的「から」是表示出发地点，「まで」是表示到达地点。

Ⓥ「から」trong「駅から」chỉ nơi xuất phát, còn「まで」chỉ nơi đến.

> **EX1**　アパートから 大学（だいがく）まで 歩（ある）いて 30分（ぷん）ぐらいです。
> (It is about thirty minutes from my apartment to the university.／从大学到大学走要 30分钟左右。／Đi bộ từ chung cư đến trường đại học mất khoảng 30 phút.)

> **EX2**　駅（えき）から 会社（かいしゃ）まで 5分（ぷん）ぐらい 歩（ある）きます。
> (I walk for about five minutes from the station to my company.／从车站到公司要走 5分钟。／Đi bộ khoảng 5 phút từ nhà ga đến công ty.)

Ⓔ This can be used for time-related intervals too, not just space-related ones.

Ⓒ 不只用于空间的距离，还用于时间的间隔。

Ⓥ Không chỉ biểu thị cự ly không gian mà còn có thể biểu thị khoảng cách thời gian.

> **EX3**　朝（あさ） 9時（じ）から 夕方（ゆうがた） 5時（じ）まで 会社（かいしゃ）で しごとを しています。
> (I work at my company from 9 in the morning to 5 in the evening.／从早上 9点到傍晚 5点在公司工作。／Tôi làm việc ở công ty từ 9 giờ sáng đến 5 giờ chiều.)

> **EX4**　夜（よる） 8時（じ）から 10時（じ）まで テレビを 見（み）ます。
> (I watch TV from 8 at night to 10.／从晚上 8点到 10点看电视。／Tôi xem ti vi từ 8 giờ tối đến 10 giờ tối.)

🔑 ～ぐらい　About～／大概～／khoảng～

Ⓔ「ぐらい」represents "an approximate amount." To be more exact, when speaking about time,「10分ぐらい かかります (It will take about ten minutes)」is used, but in regular conversation,「かかる」is not used, while「です」is often used.

Ⓒ「ぐらい」表示「大概的数量」。表示时间更确切的是说「10分ぐらい かかります」，但在一般会话中不用「かかる」，常用「です」。

Ⓥ「ぐらい」biểu thị "số lượng theo ước lượng". Khi nói về thời gian, chính xác thì phải nói「10分ぐらい かかります (mất khoảng 10 phút)」, nhưng trong hội thoại bình thường không dùng「かかる」mà thường sử dụng「です」.

EX1 アパートから 大学まで 歩いて 30分ぐらいです。
(It's about thirty minutes walking from my apartment to the university.／从公寓到大学走要 30分钟。 ／Đi bộ từ chung cư đến trường đại học mất khoảng 30 phút.)

EX1 駅は 近いです。ここから 5分ぐらいです。
(The station is close. It's about five minutes from here.／车站很近，离这儿 5分钟左右。 ／Nhà ga ở gần đây. Đi từ đây mất khoảng 5 phút.)

E This can also be used to discuss fees and other amounts.

C 不只是时间，还使用于价格等。

V Ngoài thời gian, cũng có thể dùng cách nói này cho chi phí.

EX 東京から 大阪まで しんかんせんで 1万円ぐらいです。
(The Shinkansen costs about 10,000 yen from Tokyo to Osaka.／从东京到大阪坐新干线要 1万日元左右。 ／Đi tàu cao tốc shinkansen từ Tokyo đến Osaka mất khoảng 10.000 yên.)

〜や 〜　〜and〜／〜和〜／〜 và 〜

E While the「と」in「公園と 小学校」restricts things to these two locations, the「や」in「公園や 小学校」represents the fact that there are other locations as well.

C 「公園と 小学校」的「と」是表示限定两个以上的事物等，可是「公園や 小学校」的「や」则表示除此以外还有类似的意思。

V 「と」trong「公園と 小学校」chỉ biểu thị 2 việc, sự vật nhất định, còn「や」trong「公園や 小学校」mang ý là ngoài 2 việc, sự vật được nói thì vẫn còn một số việc, sự vật khác nhưng không được nhắc đến.

EX これから スーパーに 行って、やさいや 肉を 買います。
(I'm going to go to the supermarket to buy things like vegetables and meat.／现在去超市买蔬菜和肉什么的。 ／Bây giờ tôi sẽ đi siêu thị mua rau, thịt v.v..)

🔍 Focus on the Structure

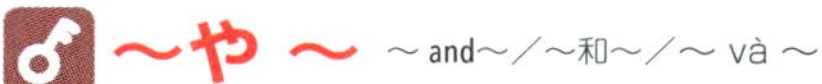

① ＼駅から 会社まで／ ＼歩いて／ 10分ぐらいです。

E「から」is used to describe where one is leaving, and「まで」indicates one's goal. This is like the English「It takes 〜」construction and does not particularly use a subject in Japanese.

C 出发地用「から」，目的地用「まで」来表示，相当英语的「It takes 〜」句型，日语中不特别突出主语。

V「から」chỉ nơi xuất phát,「まで」chỉ nơi đến. Mẫu câu này tương đương mẫu câu「It takes 〜」trong tiếng Anh, nhưng trong tiếng Nhật không tạo chủ ngữ riêng như vậy.

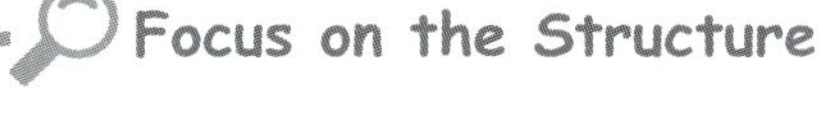

② ＼とちゅうに／ 公園や 小学校が あります。

E「とちゅうに」is a shortening of「会社に 行く とちゅうに」.

C「とちゅうに」是「会社に 行く とちゅうに」的短缩。

V「とちゅうに」là dạng rút gọn của「会社に 行く とちゅうに」.

55

Lesson

15 行動の 表現
こうどう　　ひょうげん

Expressions of Actions
行动的表现
Cách nói hành động

❶きょうは とても いそがしくて、少し おそく 帰ります。❷たぶ
すこ　　　　　　　かえ
ん 8時 ごろ、家に 着きます。
じ　　　　いえ　　つ

❶ *Kyō wa totemo ishogashikute, sukoshi osoku kaerimasu.* ❷ *Tabun 8-ji goro, ie ni tsukimasu.*

Vocabulary

- □ とても　*totemo*：very／很／rất
- □ いそがしい　*isogashī*：busy／忙／bận
- □ 少し　*sukoshi*：a little／有点儿／hơi
- □ おそく　*osoku*：late／晚点儿／muộn

- □ 帰ります　*kaerimasu*：go home／回家／trở lại
- □ たぶん　*tabun*：probably／大概／chắc
- □ ～時ごろ　*~ji goro*：around ~ o'clock／~点左右／khoảng ~ giờ
- □ つきます　*tsukimasu*：arrive／到达／đến

🔑 A く（＋V）

Ⓔ The *ku*-form of the adjective「おそい」is used as an adverb.
Ⓒ「おそい」形容词的「く形」是作为副词使用。
Ⓥ "Thể KU" của tính từ「おそい」được sử dụng như trạng từ.

EX1 あしたは 朝早く おきて 出かけます。（←早い）
あさはや　　　　で　　　　　　　はや
(I will wake up early tomorrow and leave.／明天早上早起出门。／Ngày mai tôi sẽ dậy sớm đi ra ngoài.)

EX2 もっと 大きく 書いてください。（←大きい）
おお　　　か　　　　　　　　おお
(Please write it bigger.／请再大点儿写。／Hãy viết to hơn nữa.)

🔑 A くて

Ⓔ「A くて V」follows the "Cause/reason→ result" pattern as seen in the following example.
Ⓒ「A くて V」是如下面例句所示，「原因・理由→結果」这样的模式。
Ⓥ「A くて V」biểu thị "nguyên nhân, lí do→ kết quả" như ví dụ dưới.

EX1 とても おいしくて、2こ 食べました。
た
(They were very tasty, and so I ate two.／因为很好吃，吃了两个。／Rất ngon, tôi đã ăn 2 cái.)

EX2 にもつが 多くて、たいへんです。
おお
(I have a lot of baggage and it is very difficult.／行李很多，太麻烦了。／Hành lý rất nhiều, thật vất vả.)

Ⓔ「A くて A/NA」is also often used as a simple conjunction.
Ⓒ「A くて A/NA」也可以用在单纯接续的场合。
Ⓥ Nhiều khi「A くて A/NA」biểu thị liên kết đơn giản.

EX この へやは 広くて きれいです。(This room is big and pretty.／这个房间又大又漂亮。／Phòng này rộng và đẹp.)
ひろ

🔑 ～時ごろ　Around ~ o'clock／～点左右／khoảng ～ giờ

E「ごろ」is used to represent an approximate time.

C「ごろ」是表示大概的时间。

V「ごろ」biểu thị thời gian theo ước lượng.

EX1　3月 ごろ 国へ 帰ります。（I will go back to my country sometime around March.／三月前后回国。／Khoảng tháng 3 tôi sẽ về nước.）

EX2　毎ばん、11時 ごろ ねます。
（I go to sleep around 11 o'clock every night.／每天晚上 11点左右睡觉。／Hàng ngày tôi đi ngủ lúc khoảng 11 giờ tối.）

EWhen using「ごろ」in a question, it becomes「いつごろ ～か」.

C疑问句中使用「ごろ」是「いつごろ ～か」的意思。

VKhi sử dụng「ごろ」trong câu hỏi thì sẽ là「いつごろ ～か」.

EX　それは いつごろ わかりますか。（When will you know that?／那大概什么时候知道。／Khoảng khi nào bạn sẽ biết được điều đó?）

🔍 Focus on the Structure

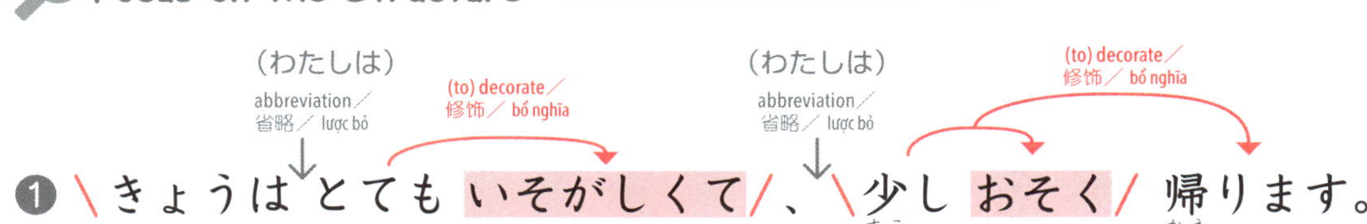

EThe text following what is indicated with「Aて」acts as its result.

C用「Aて」来接续表示因此而导致其结果的句子。

VVế sau là kết quả của việc được mô tả bằng「Aて」ở vế trước.

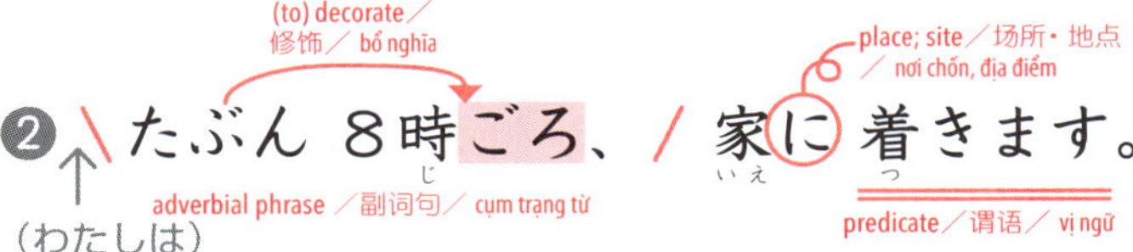

E「～ごろ」is used when talking about a period or time in a broad, inexact fashion. It cannot be used for cases unrelated to time, such as in the form「～ぐらい」.

C说大概的时期或时间时使用「～ごろ」，但不能像「～ぐらい」那样来表示时间以外的事物等。

VKhi nói thời điểm hoặc thời gian đại khái,「～ごろ」sẽ được sử dụng. Khác với「～ぐらい」, nó không thể sử dụng khi biểu thị những thứ khác ngoài thời gian.

Grammar Target
◆ Aくなります
◆ 〜から［理由］
◆ どこか　◆ Vませんか

Lesson 16　気候の 表現 ①
（き こう）（ひょうげん）

Weather-related Expressions ①
气候的表现 ①
Cách nói thời tiết ①

---

❶あたたかく なりましたね。❷あした、テストが おわりますから、土よう日、どこかに あそびに 行きませんか。
（ど）（び）（い）

❶ *Atatakaku narimashita ne.* ❷ *Ashita, tessuto ga owarimasu kara, doyōbi, dokoka ni asobi ni ikimasen ka?*

Vocabulary

☐ あたたかい　*atatakai*：warm／暖和／ấm

☐ テスト　*test*：test／考试／kỳ thi

☐ おわります　*owarimasu*：finish／完／kết thúc

☐ どこか　*dokoka*：somewhere／什么地方／đâu đó

☐ あそびます　*asobimasu*：play／玩儿／chơi

🔑 Aくなります

E The 「あたたかく」 in 「あたたかくなります」 is the 「く」 form of 「あたたかい」 and is followed by the verb. Similarly, it can be used in forms such as 「さむくなる」「おそくなる」. Represents a change.

C 「あたたかくなります」的「あたたかく」是「あたたかい」形容词的「く」形，后接动词「なる」。「さむくなる」「おそくなる」也是同样的用法。表示变化。

V 「あたたかく」trong 「あたたかくなります」là thể 「く」của tính từ 「あたたかい」, đi sau là động từ 「なる」. Tương tự cũng có thể sử dụng như 「さむくなる」「おそくなる」. Biểu thị sự thay đổi.

> **EX1** 日が 長くなりました。外は まだ あかるいです。
> （ひ）（なが）（そと）
> (The days have gotten longer. It's still bright outside.／天长了，外边还很亮。／Khoảng thời gian ban ngày đã dài ra. Bên ngoài trời vẫn còn sáng.)

E The「く形」of the adjective 「いい」 is 「よく」.

C 形容词 「いい」的「く形」是「よく」。

V 「く形」của tính từ 「いい」sẽ là 「よく」.

> **EX1** 来週には びょうきも よくなるでしょう。
> （らいしゅう）
> (My sickness should be better by next week.／下周病就会好了吧。／Tuần sau bệnh sẽ đỡ thôi.)

🔑 〜から［理由］
（り ゆう）　reason／理由／lí do

E 「から」 takes text referring to cause or reason and connects it to a reason or decision.

C 「から」是连接表示原因或理由的前句和表示结果或判断的后句的接续词。

V Trong mẫu câu 「から」, vế trước sẽ là nguyên nhân hoặc lí do, vế sau sẽ là kết quả hoặc phán đoán.

> **EX1** すぐ かえしますから、ちょっと じしょを かしてください。
> (I will return it right away, so please lend me the dictionary.／马上就还给你，请把字典借我用一下。／Sẽ trả lại ngay thôi, cho tôi mượn quyển từ điển một lúc.)

> **EX2** よるは さむくなりますから、早く 帰りましょう。
> （はや）（かえ）
> (It will become cold at night, so let's go home early.／晚上冷，早点儿回去吧。／Vì buổi tối trời sẽ trở lạnh, nên chúng ta hãy về sớm đi.)

🔑 どこか

E Adding「か」to the end of questioning words such as「どこ」causes it to mean "an unspecified location." Similarly,「か」can be added to the end of words like「なに－なにか」("What, something"),「だれ－だれか」("Who, someone"), and「いつ－いつか」("When, some time").

C 在「どこ」这样的疑问词后附加「か」表示「不确定的场所」的意思。同样附加「か」还有「なに－なにか」「だれ－だれか」「いつ－いつか」。

V Thêm「か」vào từ nghi vấn「どこ」sẽ mang ý nghĩa "địa điểm không được xác định". Tương tự như vậy, có những ví dụ cũng thêm「か」như「なに－なにか (cái gì-cái gì đó)」「だれ－だれか (ai-ai đó)」「いつ－いつか (khi nào-khi nào đó)」.

EX1 いつか いっしょに 北海道に 行きませんか。
ほっかいどう い
（Does someone want to go to Hokkaido with me?／什么时候一起去北海道吧。／ Lúc nào đó cùng đi Hokkaido nhé.）

🔑 あそびに

E The「に」in「あそびに」represents purpose. This takes the *masu-* form.

C「あそびに」的「に」是表示目的，用动词的「～ます」形。

V「に」trong「あそびに」biểu thị mục đích. Sử dụng với động từ thể「～ます」.

EX 今年の なつ休みは、家族に 会いに 国に 帰ります。
ことし やす かぞく あ くに かえ
（I will go back to my country to visit my family home this summer.／今年暑假回国见家人。／ Kỳ nghỉ hè năm nay tôi sẽ về nước để gặp gia đình.）

🔑 V ませんか

E An expression used to recommend something or some action to the listener. Connected to the end of a verb's *masu*-form.

C 是劝诱、推荐听者做某事的表现。接动词「ます」形。

V Là cách biểu thị khuyến khích hoặc để nghị làm gì đó đối với người nghe. Đứng sau động từ thể MASU.

EX この えいがを 見に 行きませんか。 （Won't you come and watch this movie?／不去看那个电影吗？／ Đi xem phim này đi.）
み い

🔍 Focus on the Structure

❶
A くなる
seeking agreement／征求同意／ yêu cầu sự đồng ý

あたたかく なりましたね。
A く　　　　V た

E An expression that uses the phrase「A くなります」to represent a changing situation.

C 是表示状态变化「A くなります」的表现。

V Là mẫu câu sử dụng「A くなります」để biểu thị sự thay đổi của trạng thái.

❷
adverbial clause／副词节／ mệnh đề trạng từ
cause, reason／原因．理由／ nguyên nhân, lí do
あした、テストが おわりますから、

(to) decorate／修饰／ bổ nghĩa
(to) decorate／修饰／ bổ nghĩa
invitation／劝诱／ rủ rê
V ませんか
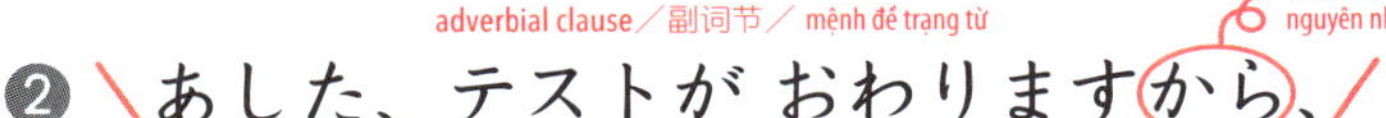
土よう日、〈どこかに あそびに〉行きませんか。
と び
V ます
V ます
goal／目的／ mục đích

E This sentence uses「から」to indicate cause or reason and to explain a judgment or decision.

C 使用「から」表示原因・理由，从而叙述判断及意见等。

V Là mẫu câu sử dụng「から」để mô tả nguyên nhân hay lí do, sau đó đưa ra phán đoán hoặc ý kiến.

Lesson

17 気候の 表現 ②
きこう　　ひょうげん

Weather-related Expressions ②
气候的表现 ②
Cách nói thời tiết ②

Grammar Target
◆ A くなくて
◆ NA でした

---

　❶おとといは あつくて たいへんでしたね。❷きょうは あつくなくて らくです。

❶ *Ototoi wa atsukute taihen deshita ne.* ❷ *Kyō wa atsukunakute raku desu.*

Vocabulary

□ おととい　*ototoi*：the day before yesterday／前天／hôm kia

□ あつい　*atsui*：hot／热／nóng

□ たいへん（な）　*taihen (na)*：difficult; awful／不得了／khó, vất vả

□ らく（な）　*raku (na)*：easy／舒服、轻松／dễ, thoải mái

🔑 A くなくて

E The negative form of *i*-adjectives is 「あつくない」.
C イ形容词的否定式是 「あつくない」。
V Dạng phủ định của tính từ đuôi I là 「あつくない」.

EX1 この へやは あまり 広くないです。　⇒ L9 参照（「あまり～ません」）
ひろ　　　　　　　　　　　　　　　　　　　　　　　さんしょう
(This room is not very big. ⇒ See L9（「あまり～ません」）／这个房间不太大。⇒ L9参照（「あまり～ません」）／Phòng này không rộng lắm.　⇒ Xem thêm L9（「あまり～ません」）)

EX2 大学は 駅から 遠くないです。　(My university is not far from the station.／大学离车站不远。／Trường đại học không xa nhà ga.)
だいがく　えき　　とお

E The "*te*-form" of 「あつくない」 is 「あつくなくて」.
C 「あつくない」 的 「て形」 是 「あつくなくて」。
V "Thể TE" của 「あつくない」 là 「あつくなくて」.

EX1 家が 駅から 遠くなくて、いいですね。
いえ　えき　　とお
(It must be nice that your home is not far from the station.／家离车站不远，真不错。／Từ nhà đến ga không xa, thật tốt quá.)

EX2 きのうは 寒くなくて、らくでした。
さむ
(It was nice yesterday because it was not cold.／昨天不冷，比较舒服。／Vì hôm qua trời không lạnh, nên thật dễ chịu.)

🔑 NAでした

🇪 「らく」 is a *na*-adjective similar to 「すき」 and others. When placed at the end of sentences in present tense it takes 「です」, while in past situations it takes 「でした」.

🇨 「らく」 与 「すき」 相同，都是ナ形容词。句终现在式用 「です」，过去式用 「でした」。

🇻 「らく」 là tính từ đuôi NA tương tự như「すき」. Ở cuối câu của thì hiện tại sẽ là「です」, của thì quá khứ sẽ là「でした」.

> **EX** きょうの しごとは らくでした。 (Today's job was easy.／昨天的工作很轻松。／Công việc ngày hôm nay thật nhẹ nhàng.)

🇪 For negative form in present tense, it becomes「～じゃない」, and in past situations it becomes「～じゃなかった」.

🇨 现在式的否定是 「～じゃない」，过去式的否定是 「～じゃなかった」。

🇻 Dạng phủ định thì hiện tại là 「～じゃない」, trong thì quá khứ là 「～じゃなかった」.

> **EX1** あの へやは きれいじゃなかったです。 (That room was not pretty.／那个房间不干净（漂亮）。／Phòng đó không đẹp.)
>
> **EX2** きのうの しごとは らくじゃなかったです。
>
> (Yesterday's job was not easy.／昨天的工作不轻松。／Công việc ngày hôm qua không nhẹ nhàng.)

🔍 Focus on the Structure

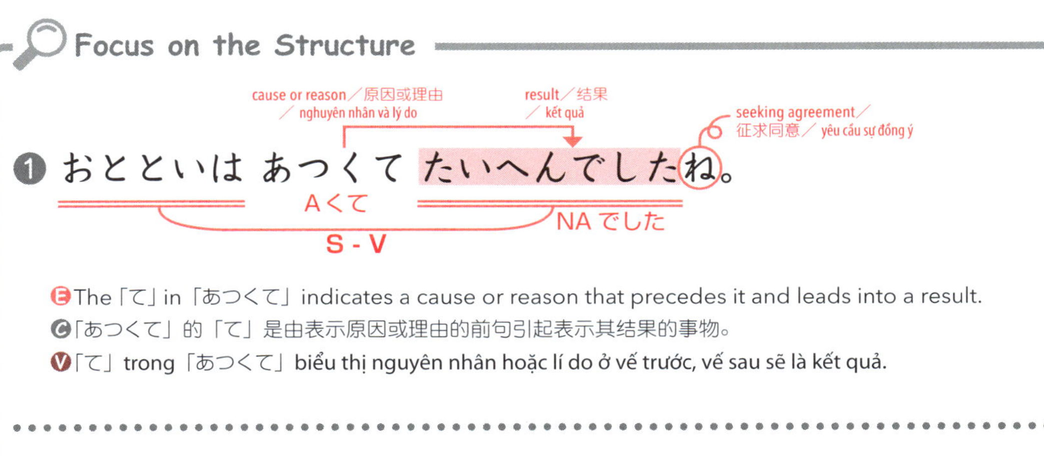

🇪 The 「て」 in 「あつくて」 indicates a cause or reason that precedes it and leads into a result.

🇨 「あつくて」 的 「て」 是由表示原因或理由的前句引起表示其结果的事物。

🇻 「て」 trong 「あつくて」 biểu thị nguyên nhân hoặc lí do ở vế trước, vế sau sẽ là kết quả.

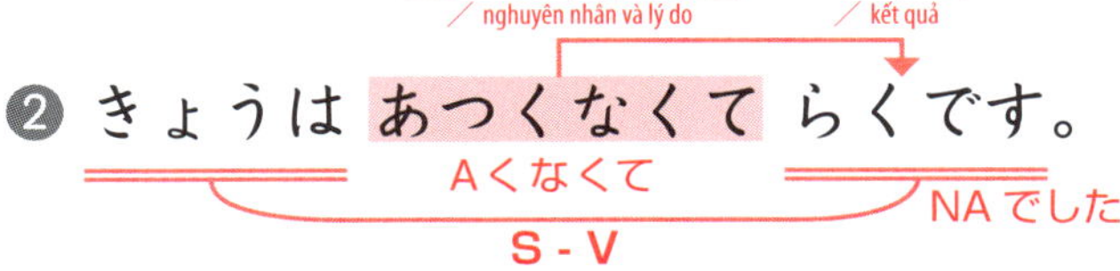

🇪 The negative form of the adjective here is 「Aくなくて」, and it indicates a cause or reason.

🇨 这种情况用形容词否定形 「Aくなくて」 来表示其原因或理由的事物。

🇻 Ở đây là dạng phủ định tính từ 「Aくなくて」, biểu thị nguyên nhân hoặc lí do.

Lesson

18 誘いの 表現
さそ　　ひょうげん

Expressions of Invitation
劝诱的表现
Cách nói rủ rê

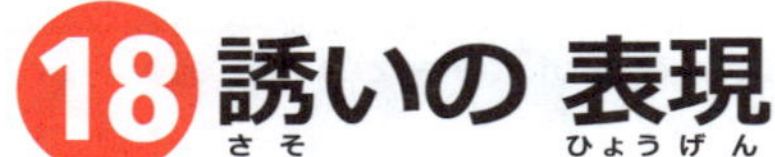

---

❶おいしい ものを 食べたいです。❷今週の 土よう日、ふじホテ
　　　　　　　　　た　　　　　　　　こんしゅう　　ど　　ひ
ルの レストランで いっしょに 何か 食べましょう。
　　　　　　　　　　　　　　　　なに　た

❶ *Oishī mono o tabetai desu.* ❷ *Konshū no doyōbi, Fuji hoteru no resutoran de issho ni nanika tabemashō.*

Vocabulary

☐ 〜たい　　*~tai*：want to 〜／想〜／muốn〜

☐ ホテル　　*hoteru*：hotel／饭店／khách sạn

☐ レストラン　　*resutoran*：restaurant／餐厅／resutoran：nhà hàng

☐ いっしょに　　*issho ni*：together／一起／cùng

☐ 何か　　*nanika*：something／什么(不定词)／cái gì đó

🔑 V たい

Ⓔ「食べたい」takes the "*masu*-form" of「食べる」and adds「たい」to the end to represent a desire.

Ⓒ「食べたい」是在「食べる」的「ます形」后附加表示希望的「たい」。

Ⓥ「食べたい」là dạng kết hợp thể MASU của「食べる」và「たい」biểu thị sự mong muốn.

> **EX1** 早く 国に 帰って 母に 会いたいです。
> はや　くに　かえ　　はは　あ
> （I want to go back to my country soon and meet my mother.／想早点儿回国见母亲。／ Tôi muốn về nước sớm để gặp mẹ.）

> **EX2** じぶんの すきな しごとを したいです。
> （I want to do a job that I enjoy.／想做自己喜欢的工作。／ Tôi muốn làm công việc mà tôi thích.）

Ⓔ "V-*tai*" takes different forms in the same way as *i*-adjectives. The past tense is "*~katta.*"

Ⓒ「Vたい」是跟イ形容词的变形相同。过去式是「〜かった」。

Ⓥ「Vたい」được biến đổi như tính từ đuôi I. Dạng quá khứ là「〜かった」.

> **EX** わたしも その パーティーに 行きたかったです。
> い
> （I wanted to go to that party, too.／我也想去那个派对。／ Tôi đã muốn đi đến bữa tiệc đó.）

Ⓔ The negative form is "*~takunai,*" while the past negative is "*~takunakatta.*"

Ⓒ否定是「〜たくない」，否定的过去式是「〜たくなかった」。

Ⓥ Dạng phủ định là「〜たくない」, dạng phủ định thì quá khứ là「〜たくなかった」.

> **EX** 学生の ときは 朝 早く おきたくなかったです。
> がくせい　　　　あさ はや
> （When I was a student, I didn't want to wake up early in the morning.／学生时早上不想起来。／ Khi còn là sinh viên, tôi không muốn thức dậy sớm.）

🔑 何か
　なに

🇪 Adding「か」to the end of a question word such as「何＋か」gives it a meaning of "something unspecified." ⇒ SeeL16

🇨 如「何＋か」这样，在疑问词后附加「か」表示「不特定」的意思。⇒参照 L16

🇻 Khi「か」đi cùng với từ nghi vấn, giống như「何＋か」, thì sẽ mang ý nghĩa "không được xác định". ⇒ Xem thêm L16

> **EX1**　**どれか** 持って ください。（please hold one of them.／请拿哪一个。／ Hãy cầm cái nào đó đi.）
>   も
>
> **EX2**　**いつか** 富士山に のぼりたいです。
>   ふ じ さん
> （I would like to climb Mount Fuji someday.／什么时候想去登富士山。／ Lúc nào đó tôi muốn leo núi Phú Sĩ.）

🔑 Ｖましょう

🇪「食べましょう」is an expression of invitation. It is similar to「Ｖませんか」, but it clearly indicates one's feelings of「いっしょに」.

🇨「食べましょう」是劝诱表现。跟「Ｖませんか」相似，不过表示「いっしょに」的语气很强。

🇻「食べましょう」là cách nói rủ rê. Mặc dù giống với「Ｖませんか」, nhưng thể hiện rõ ràng ý「いっしょに」hơn.

> **EX**　あそこで ちょっと **休みましょう**。
>   やす
> （Let's take a little break over there.／在那儿休息一下吧。／ Chúng ta hãy cùng nghỉ ngơi ở đằng kia một lúc.）

🔍 Focus on the Structure

❶ 
represent the object of an action／
表示动作的对象／ biểu thị đối tượng hành động

Ｖたい
［おいしい ものを］ 食べたいです。
　　　　　　　　　　　　　た

🇪「Ｎが」is used in order to emphasize the object of「Ｖたい」(this and not others).

🇨 强调「Ｖたい」的对象（不是别的，是这个）时说「Ｎが」。

🇻 Khi nhấn mạnh đối tượng của「Ｖたい」(không phải là cái khác mà là cái này), thì nói「Ｎが」.

> **EX**　つめたい ビールが 飲みたいです。（I would like to drink a cold beer.／想喝冰镇啤酒。／ Tôi muốn uống bia lạnh.）
>   の

❷ 
Ｎ₁ の Ｎ₂　　　　　Ｎ₁ の Ｎ₂　　　indicate a location／
　　　　　　　　　　　　　　　　　　表示场所／ chỉ nơi chốn

今週の 土よう日 、 ふじ ホテルの レストランで
こんしゅう　ど　び

いっしょに 何か 食べましょう。
　　　　　　なに　た
　　　　　　（を）
drop out; omit／
脱落／ tách rời

(to) decorate／修饰／ bổ nghĩa

🇪 The most important section here is「いっしょに 何か 食べましょう」. This is modified by「今週の 土よう日（＝ time）」and「ふじ ホテルの レストランで（＝ place）」.

🇨 最重要的是「いっしょに 何か 食べましょう」的部分。修饰它的是「今週の 土よう日（＝时间）」「ふじ ホテルの レストランで（＝场所）」。

🇻 Phần quan trọng nhất là「いっしょに 何か 食べましょう」.「今週の 土よう日 (= thời gian)」và「ふじ ホテルの レストランで (= địa điểm)」là bổ nghĩa cho phần đó.

Lesson 19　興味の 表現
きょう み　　ひょうげん

Expressions of Interest
兴趣的表现
Cách nói về sự quan tâm

❶この えいがは あまり おもしろくありません。❷少し だけ
すこ
見て、やめました。
み

❶ *Kono ēga wa amari omoshirokuarimasen.*　❷ *Sukoshi dake mite, yamemashita.*

Vocabulary

☐ えいが　*ēga*：film／电影／phim

☐ おもしろい　*omoshiroi*：interesting／有意思／hay, thú vị

☐ 〜だけ　*~dake*：only／只／chỉ

☐ やめます　*yamemasu*：stop; quit／停止／thôi, bỏ

🔑 Aくありません

Ⓔ To create the negative form of i-adjectives such as「おもしろい」, you can use the「〜くない」form such as「おもしろくない」, or you can use the「〜くありません」form.「〜くない」is a more casual phrasing, while「〜くありません」is slightly stiff.

Ⓒ 像「おもしろい」这样的イ形容词的否定形有「おもしろくない」的「〜くない」形和「〜くありません」两种。「〜くない」是比较随便的口语形，「〜くありません」是比较郑重的说法。

Ⓥ Dạng phủ định của tính từ đuôi I như「おもしろい」có 2 dạng:「〜くない」như「おもしろくない」và「〜くありません」. Trong đó,「〜くない」là cách nói thân mật hơn, còn「〜くありません」là cách nói hơi cứng.

EX1 まだ ねむくない／ありません。(I am not sleepy yet.／还不困／Tôi vẫn chưa thấy buồn ngủ.)

EX2 わたしの へやは あまり 広くない／ありません。
ひろ
(My room is not very big.／我的房间不太大。／Phòng tôi không rộng lắm.)

Ⓔ When speaking politely,「です」is put after「〜くない」. This also applies to the negative form of na-adjectives.

Ⓒ 比较正式的说法是在「〜くない」后附加「です」。ナ形容词的否定形也是一样。

Ⓥ Với cách nói lịch sự, thêm「です」vào sau「〜くない」. Dạng phủ định của tính từ đuôi NA cũng thêm giống như vậy.

EX3 この としょかんは あまり きれいじゃない（です）／きれいではありません。
(This library is not very clean.／这个图书馆不太漂亮。／Thư viện này không đẹp lắm.)

EX4 田中さんは きょうは げんきじゃない（です）／げんきではありません。
た なか
(Tanaka-san is not energetic today.／老师，作业就这些吗？／Bạn Tanaka hôm nay không khoẻ.)

🔑 少しだけ
すこ
Just a little／只一点／chỉ một chút

E The 「だけ」in「少しだけ」represents a limit.

C 「少しだけ」的「だけ」是表示限定的意思。

V 「だけ」trong「少しだけ」biểu thị sự hạn chế.

EX1 これは なつ**だけ**の メニューです。（This is a summer-only menu.／这个是夏季限定的菜单。／Đây là thực đơn chỉ có vào mùa hè.）

EX2 先生、しゅくだいは これ**だけ**ですか。
せんせい
（Sensei, is this all we have for homework?／田中今天不太精神。／Thầy ơi, bài tập về nhà chỉ có thế này thôi phải không ạ?）

🔑 目的語の 省略
もくてきご　　しょうりゃく
Omitting the object／宾语的省略／lược bỏ tân ngữ

E The object of「見る」in「少しだけ 見て」is「えいが」. The object of「やめます」is also「えいがを 見ること」, but this is understood without saying it, so the object is not repeated.

C 「少しだけ 見て」中「見る」的宾语是「えいが」。「やめます」的宾语是「えいがを 見ること」，因为不言自明，所以宾语被省略。

V Tân ngữ của động từ「見る」trong「少しだけ 見て」là「えいが」. Và cụm tân ngữ của「やめます」là「えいがを 見ること」, nhưng vì không cần nói rõ cũng hiểu được nên không nhắc lại tân ngữ.

EX おさけは あまり すきではありませんが、パーティーの ときは、**少し だけ 飲みます**。
　　　　　　　　　　　　　　　　　　　　　　　　　　　　　　　すこ　　　　　の
（I do not like alcohol very much, but when I'm at parties, I drink just a little bit. ／不太喜欢喝酒，不过宴会时只喝一点儿。／Tôi không thích uống rượu lắm, nhưng khi tham dự tiệc thì tôi uống một chút.）

🔍 Focus on the Structure

❶
(to) decorate／修饰／bổ nghĩa

あまり Ａくありません

［この えいが］は あまり おもしろくありません。

S - V

E This form links together「あまり〜ない」and「Ａくありません」.

C 是「あまり〜ない」和「Ａくありません」的组合。

V Là dạng kết hợp「あまり〜ない」với「Ａくありません」.

❷
modify a verb／修饰动词／bổ nghĩa cho động từ

Order of actions／动作的顺序／thứ tự hành động

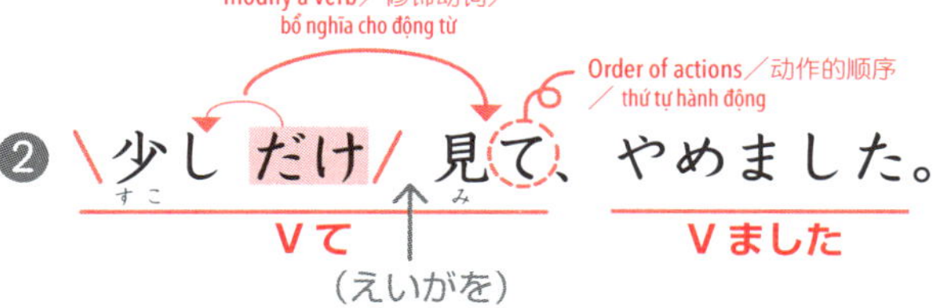

E The「て」in「見て」represents the order in which two actions take place（見ます、やめます）.

C 「見て」的「て」是表示两个动作（見ます、やめます）的先后顺序。

V 「て」trong「見て」biểu thị hai hành động（見ます、やめます）diễn ra theo thứ tự.

Lesson 20　Ｖじしょ形

Verb − dictionary form
动词－词典上的原形
Động từ − thể từ điển

❶朝 早く ホテルを 出て、うみを 見に 行きました。❷歩く とき、かぜが つめたかったです

❶ *Asa hayaku hoteru o dete, umi o mini ikimashita.* ❷ *Aruku toki, kaze ga tsumetakatta desu.*

Vocabulary

□ 出ます　*demasu*：leave／出去／ra

□ うみ　*umi*：sea; ocean／海／biển

□ かぜ　*kaze*：wind／风／gió

□ つめたい　*tsumetai*：cold／凉／lạnh

〜を 出ます　Leave 〜／从〜出去／ra khỏi 〜

Ⓔ When leaving a hotel to go somewhere, 「ホテルを 出ます」 is used. 「ホテルから 出ます」 can also be used, but 「を」 is often used. Other forms such as 「家を 出ます」「国を 出ます」 also exist.

Ⓒ 到饭店外边去说「ホテルを 出ます」，也说「ホテルから 出ます」。使用「を」的表现比较多。除此之外还有「家を 出ます」「国を 出ます」等。

Ⓥ Việc ra ngoài khỏi khách sạn sẽ nói là 「ホテルを 出ます」. Cũng có thể nói 「ホテルから 出ます」, nhưng thường sử dụng 「を」 hơn. Ngoài ra cũng nói 「家を 出ます」「国を 出ます」 v.v..

EX1 ２年 前に 国を 出ました。（I left the country two years ago.／两年前出国了。／Tôi đã rời nước hai năm về trước.）

EX2 家を 出る とき、かさを 持って 出ましたが、雨は ふりませんでした。
(I brought an umbrella when I left the house, but it did not rain.／从家里出来时带上伞出去了，可是没下雨。／Khi ra khỏi nhà tôi có mang theo ô nhưng đã không mưa.)

歩く（Ｖじしょ形）

Ⓔ 「歩く」 indicates the present using a verb in dictionary form. The negative form of 「歩く」 is 「歩かない」, while the past tense is 「歩いた」. 「歩く とき」 and 「風が つめたかった」 both refer to the past,「けさ」, but in cases when the entire sentence is in past tense, the dictionary form is used for actions that took place at the same time, such as 「歩く」.

Ⓒ 「歩く」是动词的词典原形，表示现在。「歩く」的否定形是「歩かない」，过去式是「歩いた」。「歩く とき」和「風が つめたかった」都是表示「けさ」今天早上已经发生过的事，可是整个句子都是过去式时，同一时间行为的「歩く」用词典原形。

Ⓥ 「歩く」 là thể từ điển của động từ và chỉ thì hiện tại. Dạng phủ định là 「歩かない」, dạng quá khứ là 「歩いた」. Cả 「歩く とき」 và 「風が つめたかった」 đều là chuyện quá khứ xảy ra vào 「けさ」, tuy nhiên trong trường hợp mệnh đề chính là thì quá khứ, thì khi nói về việc xảy ra vào cùng một thời điểm với mệnh đề chính sẽ sử dụng thể từ điển như 「歩く」.

EX1 電車に のる とき、田中さんに 会いました。
(I met Tanaka-san when I got on the train.／上电车时见到了田中。／Khi lên tàu, tôi đã gặp bạn Tanaka.)

EX2 この しゅくだいを やる とき、時間が かかりました。
(It took time when I did this homework..／做这个作业时花了很多时间。／Khi làm bài tập này, tôi đã mất rất nhiều thời gian.)

🔑 **Aかった**

🇪 The past tense of the adjective 「つめたい」. The past tense of 「あたたかい」 is 「あたたかかった」. To talk about the past in negative form, use "*ku*-form" followed by 「なかった」, such as 「つめたく＋なかった」「あたたかく＋なかった」, then end with 「です」. To speak politely, you can use 「ありませんでした」, such as in 「つめたく＋ありませんでした」.

🇨 是 「つめたい」 这一形容词的过去式, 「あたたかい」 的过去式是 「あたたかかった」。在过去否定 「つめたく＋なかった」「あたたかく＋なかった」 这样的 「く形」 后加 「なかった」,再用 「です」 结句。比较正式的说法用 「ありませんでした」,也说 「つめたく＋ありませんでした」。

🇻 Là dạng quá khứ của tính từ 「つめたい」. Còn dạng quá khứ của 「あたたかい」 là 「あたたかかった」. Dạng phủ định quá khứ thì thêm 「なかった」 vào thể KU như 「つめたく＋なかった」「あたたかく＋なかった」, rồi kết thúc với 「です」. Với cách nói lịch sự, có thể sử dụng 「ありませんでした」 như 「つめたく＋ありませんでした」.

🔍 Focus on the Structure

❶ \ 〈朝早く〉ホテルを出て、／〈うみを見に〉行きました。

🇪 The 「て」 in 「出て」 represents the order in which actions took place.

🇨 「出て」 的 「て」 是表示动作的先后顺序。

🇻 「て」 trong 「出て」 chỉ hành động diễn ra theo thứ tự.

❷ \ 歩くとき、／ かぜが つめたかったです。

🇪 When representing an action that is/was done in a simple way, 「Vるとき」 is used.

🇨 表示做某种动作／完了的单纯场合时使用 「Vるとき」。

🇻 Trường hợp muốn mô tả đơn giản một hành động nào đó khi nó đang/đã tiến hành, thì sử dụng 「Vるとき」.

ふくしゅう　§2 (Lesson 11-20)

Ⅰ つぎの　❶〜❻の　______に　合う　ものを　a〜gの　中から　えらんで、文を　つくりましょう。

Choose what best goes in blanks ❶〜❻ from a〜g to create a sentence.
请从a〜g中选择适合下面❶〜❻的 ____ 进行造句。
Chọn một từ hoặc một cụm từ trong a〜g để điền vào chỗ _____ trong câu ❶〜❻ và hoàn thành câu.

❶ えきから　かいしゃまで　_______________________。

❷ 土よう日、どこかへ　_______________________。

❸ この　えいがは　あまり　_______________________。

❹ きょうは　あつくなくて　_______________________。

❺ 朝早く　ホテルを　出て　_______________________。

❻ しゃしんは　ぜんぶで　_______________________。

a. らくです	b. うみを　見に　行きました
c. さむくないです	d. あそびに　行きませんか
e. おもしろくありません	f. あるいて　10分ぐらいです
g. 8まい　あります	

Ⅱ （　　）の　中に　入れる　ことばを　a〜dから　えらびましょう。

Choose words to put in (　) from a〜d.
请从a〜d中选择正确的词语填入（　）内。
Chọn một từ hoặc một cụm từ trong a〜d để điền vào chỗ（　）.

❶ 石川さんは　一日（　　　）べんきょうして　います。

　a. うちに　　　　　b. じゅう　　　　　c. なか　　　　　d. ちゅう

❷ きょうは　とても　いそがしくて、少し（　　　）帰ります。

　a. おそい　　　　　b. おそく　　　　　c. おそくて　　　　　d. おそくに

❸ 日本での　せいかつは　どうですか。もう　（　　　　）か。

　　a．なれます　　　　　b．なれません　　　c．なれました　　　d．なれています

❹ きょうは　たぶん　8時ごろ　家に　（　　　　）。

　　a．いきます　　　　　b．かえります　　　c．でます　　　　　d．でかけます

❺ もう　12時です。あそこで　いっしょに　おいしいものを　（　　　）か。

　　a．たべて　　　　　　b．たべた　　　　　c．たべました　　　d．たべません

❻ つかれましたね。ここで　少し　（　　　　）。

　　a．休みましょう　　b．休みませい　　　c．休みません　　　d．休みまそう

III つぎの　❶〜❻の　＿＿＿に　合う　ものを　a〜gの　中から　えらんで、文を　つくりましょう。

Choose what matches the following ＿＿ marks ❶〜❻ from a〜g to create a sentence.
请从a〜g中选择适合下面❶〜❻的 ＿＿ 进行造句。
Chọn một cụm từ trong a 〜 g để điền vào chỗ ＿＿ trong câu ❶〜❻ và hoàn thành câu.

❶ ＿＿＿＿＿＿＿＿＿＿＿＿＿＿＿＿　らくです。

❷ ＿＿＿＿＿＿＿＿＿＿＿＿＿＿＿、やめました。

❸ ＿＿＿＿＿＿＿＿＿＿＿＿＿＿　飲みたいです。

❹ ＿＿＿＿＿＿＿＿＿＿＿＿＿＿　行きませんか。

❺ ＿＿＿＿＿＿＿＿＿＿＿＿＿、つめたかったです。

❻ ＿＿＿＿＿＿＿＿＿＿＿＿＿＿　たいへんでした。

　　a．つめたい　ビールが　　　　　　b．あるくとき、かぜが

　　c．おとといは、さむくて　　　　　d．この　えいがは、少しだけ見て

　　e．どこかへ　あそびに　　　　　　f．きょうは、あつくなくて

　　g．おいしく　つくりましたから

69

モデル文章の 訳
ぶんしょう やく

Model Sentence Translations
模式文章的翻译
Phần dịch của đoạn văn mẫu

Lesson ⑪

Ⓔ Hello. Are you well? ❶ How is life in Japan? ❷ Have you gotten used to it yet?

Ⓒ 你好！你过得好吗？ ❶ 在日本生活得怎么样？ ❷ 已经习惯了吗？

Xin chào. Bạn có khoẻ không? ❶ Cuộc sống tại Nhật thế nào? ❷ Bạn đã quen chưa?

Lesson ⑫

Ⓔ❶ Ishikawa-san studies whether he is at university or at home. ❷ The weather is nice again today, but he is spending all day studying.

Ⓒ❶ 石川无论在大学还是在家都学习。❷今天也是个好天，可是一天都在学习。

Ⓥ❶ Bạn Ishikawa học cả ở trường đại học và ở nhà. ❷ Hôm nay trời cũng đẹp, thế mà bạn ấy học suốt cả ngày.

Lesson ⑬

Ⓔ I will send you the pictures of the party. ❶ There are eight in total. ❷ Which of these will you use?

Ⓒ 把派对时照的照片发给（寄给）你。❶共 8 张。❷ 用这里的哪个？

Ⓥ Tôi gửi ảnh đã chụp trong bữa tiệc nhé. ❶ Toàn bộ có 8 tấm. ❷ Bạn sử dụng tấm nào trong đó?

Lesson ⑭

Ⓔ❶ It's about ten minutes walking from the station to work. ❷ There is a park and an elementary school on the way.

Ⓒ❶ 从车站到公司走要 10 分钟。❷半道有公园和小学什么的。

Ⓥ❶ Đi bộ từ nhà ga đến công ty mất khoảng 10 phút. ❶ Trên đường đi, có công viên, trường tiểu học v.v.

Lesson ⑮

Ⓔ❶ I am very busy today and will go home a little late. ❷ will probably get home at around 8.

Ⓒ❶ 今天很忙，晚点儿回家。❷大概 8 点左右到家。

Ⓥ❶ Hôm nay rất bận, nên tôi sẽ về hơi muộn. ❷ Chắc khoảng 8 giờ tôi về đến nhà.

Lesson ⑯

Ⓔ❶ It has gotten warmer, hasn't it? ❷ I will finish my tests tomorrow, so why don't we go somewhere to play on Saturday?

Ⓒ❶天气暖和了啊！❷明天考试结束，星期六不去哪儿玩儿吗？

Ⓥ❶ Trời đã ấm lên rồi. ❷ Kỳ thi sẽ kết thúc vào ngày mai, thứ 7 đi đâu đó chơi nhé.

Lesson ⑰

Ⓔ❶ Wasn't it so awfully hot the day before yesterday? ❷ It's easier today because it isn't hot.

Ⓒ❶前天热得真受不了了。 ❷今天不热，比较舒服。

Ⓥ❶ Hôm kia trời nóng, khó chịu nhỉ. ❷Hôm nay trời không nóng, thật dễ chịu.

Lesson ⑱

Ⓔ❶I want to eat something tasty. ❷Why don't we eat something together at the Fuji Hotel's restaurant this Saturday?

Ⓒ❶想吃好吃的。 ❷这个星期六在富士饭店餐厅一起吃点儿什么吧。

Ⓥ❶ Tôi muốn ăn cái gì đó ngon. ❷ Thứ 7 tuần này, chúng ta hãy cùng đi ăn gì đó ở nhà hàng trong khách sạn Fuji đi.

Lesson ⓳

Ⓔ❶ This film is not very interesting. ❷ I watched a little and stopped.

Ⓒ❶ 这部电影不太有意思。❷ 只看了一会儿就不看了。

Ⓥ❶ Phim này không hay lắm. ❷ Tôi chỉ xem một chút rồi thôi.

Lesson ⓴

Ⓔ❶ I left the hotel early in the morning and saw the ocean. ❷ The wind was cold when I walked.

Ⓒ❶ 早上早早从饭店出来去看海了。❷ 走路时风很凉。

Ⓥ❶ Tôi rời khách sạn lúc sáng sớm để đi ngắm biển. ❷ Khi đi bộ, tôi thấy gió lạnh.

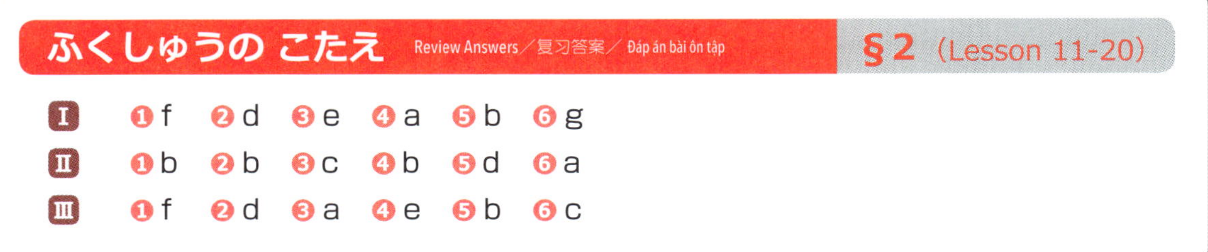

ふくしゅうの こたえ　Review Answers／复习答案／Đáp án bài ôn tập　**§2**（Lesson 11-20）

Ⅰ　❶ f　❷ d　❸ e　❹ a　❺ b　❻ g
Ⅱ　❶ b　❷ b　❸ c　❹ b　❺ d　❻ a
Ⅲ　❶ f　❷ d　❸ a　❹ e　❺ b　❻ c

Lesson 21 未完了の 表現
みかんりょう　　ひょうげん

Unfinished Expressions
未完了的表現
Cách nói chưa hoàn thành

Grammar Target
- まだ V ていません
- たぶん　　　・〜でしょう
- 〜か 〜

---

❶今月は、まだ 雨が ふっていません。❷たぶん、あしたか
　こんげつ　　　　　あめ
あさって、ふるでしょう。

❶ *Kongetsu wa, mada ame ga futteimasen.* ❷ *Tabun, ashita ka asatte, furu deshō.*

Vocabulary

- □ 今月　*kongetsu*：kongetsu: this month／这个月／tháng này
- □ 雨　*ame*：rain／雨／mưa
- □ まだ　*mada*：not yet／还没／chưa
- □ ふります　*furimasu*：rain／下／(mưa) rơi
- □ たぶん　*tabun*：probably／大概／có lẽ
- □ あさって　*asatte*：day after tomorrow／后天／ngày kia

🔑 まだ V ていません　Hasn't V yet／还没 V／chưa V

E The 「ていません」 in 「ふっていません」 is used to represent a state in which something has not come to realization.

C 「ふっていません」的「ていません」用于表示事物没有实现的状态。

V 「ていません」 trong 「ふっていません」 được sử dụng để mô tả một trạng thái, hành động chưa được thực hiện.

> **EX1** あたたかくなりましたが、まだ サクラは さいていません。
>
> (It has gotten warmer, but the cherry blossoms have not bloomed yet.／已经暖和了，可是樱花还没开。／ Trời ấm lên rồi, nhưng hoa anh đào vẫn chưa nở.)

> **EX2** としょかんで 本を かりましたが、まだ かえしていません。
> 　　　　　　　　　ほん
>
> (I borrowed a book at the library, but I haven't returned it yet.／在图书馆借了书，可是还没还。／ Tôi đã mượn sách của thư viện, nhưng tôi vẫn chưa trả lại.)

🔑 たぶん　Probably.／大概／có lẽ

E Used to represent a guess that seems highly likely.

C 叙述表示推测或判断其可能性很高的事情。

V Là cách nói suy đoán, phán đoán về điều có khả năng khá cao.

> **EX** たぶん、この 店です。　(It's probably this store.／大概是这个店。／ Có lẽ là cửa hàng này.)
> 　　　　　　　みせ

🔑 〜でしょう　Should 〜／〜吧／có lẽ 〜

E An expression used when making a guess. This is used when making a conclusion about something from a subjective point of view, as well as when making an objective analysis about something such as a weather prediction. 「たぶん 〜でしょう」 is also frequently used.

C 是推测叙述的表现。即用于主观判断，也用于根据天气预报这样客观分析而做出判断的场合。「たぶん 〜でしょう」也经常使用。

V Là cách nói suy đoán. Có thể sử dụng cho cả trường hợp phán đoán chủ quan và phán đoán khách quan dựa trên cơ sở nào đó như dự báo thời tiết. Thường sử dụng 「たぶん 〜でしょう」.

EX1 ▶ たぶん、これが いい**でしょう**。 (This should probably be good.／大概这个可以吧。／Có lẽ cái này là tốt.)

EX2 ▶ あすは はれる**でしょう**。 (The sky should be clear tomorrow.／明天晴天吧。／Ngày mai trời sẽ nắng.)

E 「でしょう」 is attached to regular form.

C 「でしょう」 接普通形。

V 「でしょう」 đi với thể thông thường.

EX ▶ ふらないでしょう、行ったでしょう、きれいでしょう、たのしいでしょう、など

🗝 ～か ～   ～ or ～／～或～／～ hoặc ～

E 「あしたか あさって」 means one or the other.

C 「あしたか あさって」 是两个里的哪个的意思。

V 「あしたか あさって」 là biểu thị ý lựa chọn một trong hai.

EX1 ▶ 田中さん**か** 青木さんに 聞いて ください。
（たなか　あおき　　　　　き）
(Ask Tanaka-san or Aoki-san.／请问一下田中或青木。／Hãy hỏi bạn Tanaka hoặc bạn Aoki.)

EX2 ▶ なつ休みには うみ**か** 山に 行きます。
（やす　　　　　　　やま　い）
(I'll go to the sea or the mountains during summer break.／暑假去海边或山里。／Nghỉ hè tôi sẽ đi ra biển hoặc lên núi.)

🔍 Focus on the Structure

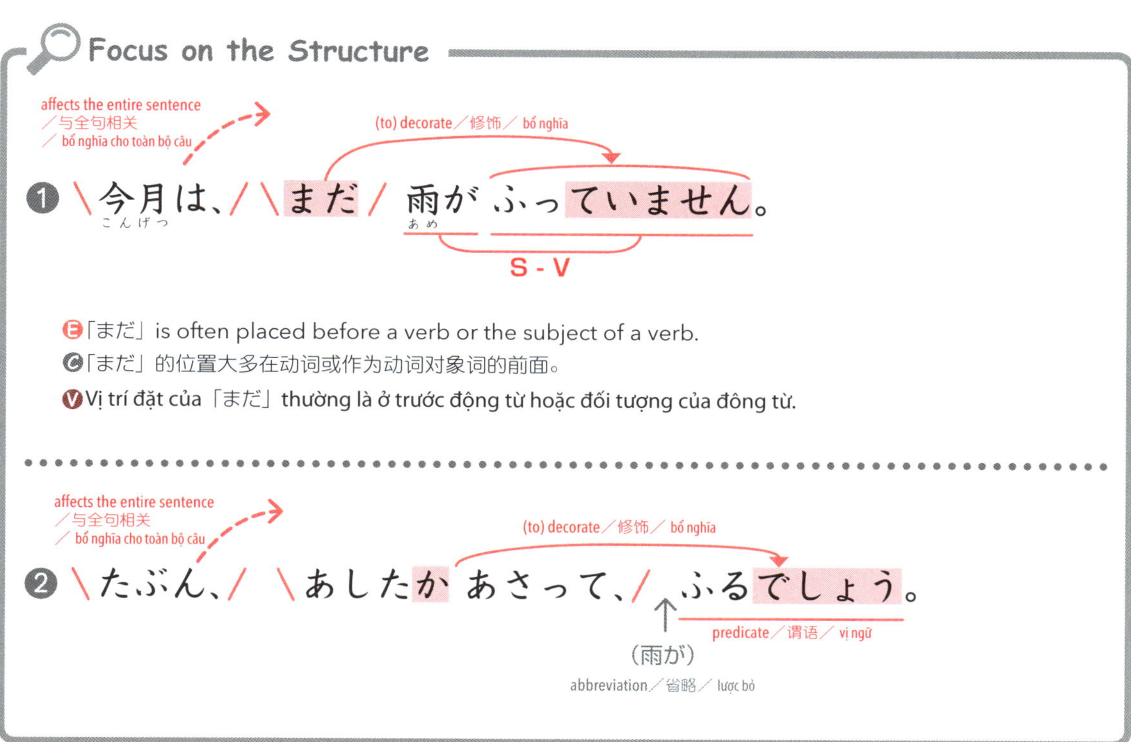

E 「まだ」 is often placed before a verb or the subject of a verb.

C 「まだ」 的位置大多在动词或作为动词对象词的前面。

V Vị trí đặt của 「まだ」 thường là ở trước động từ hoặc đối tượng của động từ.

Lesson

22 時間の 前後を 表す 表現
じかん　ぜんご　あらわ
ひょうげん

Expressions About Before
or After a Time
表示时间前后的表现
Cách nói quan hệ trước sau về
thời gian

Grammar Target
- ◆ V た あと（で／に）
- ◆ V る 前
  まえ
- ◆ そして　　　◆ V てから

❶ゆうがたの ニュースを 見た あとで しゅくだいを します。
み

❷そして、ばんごはんを 食べてから、本を 少し 読みます。
た　　　　　ほん　すこ　よ

❶ *Uūgata no nyūsu o mita ato de shukudai o shimasu.* ❷ *Soshite, ban-gohanhan o tabete kara, hon o sukoshi yomimasu.*

Vocabulary

☐ ゆうがた　*yūgata*：evening／傍晚／buổi chiều

☐ ニュース　*nyūsu*：news／新闻／thời sự

☐ しゅくだい　*shukudai*：homework／作业／bài tập về nhà

☐ そして　*soshite*：and then／然后／và, rồi sau đó

☐ ばんごはん　*bangohan*：dinner／晚饭／bữa tối

🔑 V た あと（で／に）　After 〜／V了后／sau khi 〜

Ⓔ Represents the context of an action. The「あと」in「見た あと」is placed after the past tense (*ta*-form) of a verb, even when talking about the present or the future.「A た あとで B」is in the order of A, B.

Ⓒ 表示动作的前后关系。「見た あと」的「あと」即使是现在的话题通常，也接续动词的过去式（た形）。「A たあとで」是表示先 A 后 B 顺序。

Ⓥ Là cách nói quan hệ trước sau về thời gian. Dù là câu chuyện ở hiện tại nhưng「あと」trong「見た あと」vẫn đứng sau động từ thì quá khứ "thể TA". Nói「A たあとで B」thì làm A trước rồi làm B sau.

> **EX** えいがを 見た あと、カラオケに 行きます。
> み　　　　　　　い
> (After seeing the film, we will go to karaoke.／看完电影后去常卡拉 OK。／Đi hát karaoke sau khi xem phim.)

🔑 そして　And then／然后／rồi sau đó 〜

Ⓔ Represents that the previous matter is connected to the following matter.

Ⓒ 表示前面叙述的事情和后面叙述的事情的连接。

Ⓥ Là từ nối biểu thị sự tiếp tục của sự việc được mô tả trước đó và sự việc được mô tả sau.

🔑 V てから　After 〜／V₁后再 V₂／sau khi 〜

Ⓔ「V てから」is similar in meaning to「V たあと」, and represents the order that actions take place in. Comes after the *te*-form of a verb.

Ⓒ「V てから」是跟「V たあと」意思相近，表示动作的顺序。接动词「て形」。

Ⓥ「V てから」giống với「V たあと」về mặt ý nghĩa là cùng biểu thị thứ tự của hành động. Nó đi cùng với động từ chia "thể TE".

> **EX1** ともだちに 電話してから、出かけます。
> でんわ　　　　　で
> (I will leave after calling my friend.／给朋友打完电话再出去。／Tôi sẽ đi ra ngoài sau khi gọi điện cho bạn.)
>
> **EX2** もっと あたたかくなってから、あそびに 行きましょう。
> い
> (Let's go place after it becomes warmer.／再暖和点儿再去玩儿吧。／Khi nào trời ấm lên hơn thì cùng đi chơi nhé.)

Vる 前（まえ）　Before〜／〜前／trước khi〜

E When discussing something that happens after an action, the past tense of a verb is used whether talking about the present or the past, such as 「読んだ あと」, but when discussing something that happens before an action, dictionary form of a verb is used whether talking about the present or the past, like 「ねる 前に 本を 読みました」. 「ねた まえ」 is not used.

C 关于动作之后的事情，无论是关于现在还是过去的事，都用动词的过去形，比如「読んだ あと」。可是关于动作前的事情，无论是现在的事情还是过去的事情都使用词典原形。比如「ねる 前に 本を 読みました」，不说「ねた まえ」。

V Khi mô tả về việc sẽ xảy ra sau một hành động, thì dù là việc đó ở hiện tại hay ở quá khứ thì đều sử dụng thể quá khứ của động từ giống như 「読んだ あと」. Nhưng khi mô tả về việc sẽ xảy ra trước một hành động thì sẽ dùng thể từ điển của động từ giống như 「ねる 前に 本を 読みました」 cho cả việc ở hiện tại và việc ở quá khứ. Sẽ không nói là 「ねた まえ」.

EX1 その 本を 読んだ あと、みんなで いろいろな ことを 話しました。
(After reading that book, we talked about many things.／看完书后跟大家聊了很多。／ Sau khi đọc quyển sách đó, nói nhiều chuyện với mọi người.)

EX2 食べる 前に 手を あらって ください。
(Please wash your hands before eating.／吃饭前请洗手。／ Trước khi ăn, hãy rửa tay.)

🔍 Focus on the Structure

N₁ の N₂

❶ ＼〈［ゆうがたの ニュース］を 見た〉あとで ／
Vた
adverbial clause ／副词节／ mệnh đề trạng từ

しゅくだいを します。
principal clause ／主句／ mệnh đề chính

E The 「〜」 in 「〜あとで」 itself does not represent a tense, and verbs are always in *ta*-form.

C 「〜あとで」 的 「〜」 自身没有表示时态的作用，动词为 「た形」。

V Bản thân phần động từ 「〜」 trước 「〜あとで」 không có vai trò thể hiện thì, động từ luôn có dạng "thể TA".

❷ ＼そして、／ ＼ばんごはんを 食べてから、／
Vて
modify a verb／修饰动词／ bổ nghĩa cho động từ　　adverbial clause ／副词节／ mệnh đề trạng từ

本を ＼少し／ 読みます。
principal clause ／主句／ mệnh đề chính

E 「A てから B」 represents actions taking place in the order A→B .

C 「A てから B」 是表示A→B的动作顺序。

V 「A てから B」 biểu thị thứ tự của hành động: A→B .

Lesson
23 名詞修飾　Noun Modifiers
名词修饰
Bổ nghĩa cho danh từ

❶きょうは 午後から あたまが いたくて、何も できませんでした。

❷ゆうがた、家に あった くすりを 飲んで、少し らくに なりました。

Kyō wa gogo kara atama ga itakute, nani mo dekimasendeshita. Yūgata, ie ni atta kusuri o nonde, sukoshi raku ni narimashita.

Vocabulary

- ☐ 午後　*gogo*：Afternoon／下午／buổi chiều
- ☐ あたま　*atama*：head／头／đầu
- ☐ いたい　*itai*：hurt／疼／có thể 〜 được.
- ☐ できます　*dekimasu*：to do (polite)／办得到／dekiasu
- ☐ 家　*ie*：hone／家／nhà
- ☐ くすり　*kusuri*：medicine／药／thuốc

何も 〜ません　No 〜／什么也不∨／không 〜 cả

E An expression used to represent complete negation. 「だれも 〜ません」「どこへも 〜ません」 can also be used.

C 是全部否定的表现。除此之外还有「だれも 〜ません」「どこへも 〜ません」等。

V Là cách nói phủ định hoàn toàn. Ngoài ra cũng có cách nói khác như「だれも 〜ません」「どこへも 〜ません」.
⇒L4（疑問詞＋「も」）参照

EX1 家に 行きましたが、だれも いませんでした。
(I went to the house, but no one was there.／去他家了，可是谁也不在。／Tôi đã đến nhà nhưng không có ai cả.)

EX2 ほかの 人には、何も 言っていません。
(I haven't said anything to anyone else.／对别人什么也没说。／Tôi không nói gì với những người khác.)

名詞修飾　Noun modifiers／名词修饰／bổ nghĩa cho danh từ

E When referring to the kind of store discussed in 「これから 店に 行きます。」, 「これから 行く 店」 is used.
In the case of 「家に くすりが ありました。」, it becomes 「家に あった くすり」 (verb in normal form).

C 以「これから 店に 行きます。」为原句，说什么店时，一般说「これから 行く 店」。
「家に くすりが ありました。」说「家に あった くすり」。（动词为普通形）

V Dựa vào câu 「これから 店に 行きます。」 nếu muốn chuyển sang danh từ để nói rõ cửa hàng như thế nào thì sẽ là 「これから 行く 店」. Nếu là câu 「家に くすりが ありました。」 thì sẽ là 「家に あった くすり」 (Động từ để thể thông thường).

EX2 ともだちに 本を かりました。(I borrowed a book from my friend.／从朋友那儿借了书。／Tôi đã mượn sách của bạn.)

▶ これが かりた 本 です。　×かりました本
(This is the borrowed book.／这是借的书。／Đây là quyển sách mà tôi đã mượn.)

EX2 毎日、しんぶんを 読みます。（I read the newspaper every day.／每天看报纸。／Hàng ngày tôi đọc báo.）

▶ これが、いつも 読む しんぶん です。
（This is the newspaper I always read.／这是我总看的报纸。／Đây là tờ báo tôi thường đọc.）

🔍 Focus on the Structure

affects the entire sentence
／与全句相关
／bổ nghĩa cho toàn bộ câu

(to) decorate／修饰／bổ nghĩa

❶ [＼きょうは／ ＼午後から／ あたまが いたくて、]

〔adverbial clause ／副词节／ mệnh đề trạng từ〕

cause or reason／原因或理由
／nguyên nhân và lý do

何も〜ません

何も できません でした。

〔principal clause ／主句／ mệnh đề chính〕

E The「て」in「いたくて」indicates cause or reason and leads into its cause.
C「いたくて」的「て」表示原因或理由，之后引出其结果。
V「て」trong「いたくて」biểu thị nguyên nhân hoặc lí do, sau đấy dẫn ra kết quả.

adverb about time／时间的副词
／trạng từ chỉ thời gian

❷ ＼ゆうがた／、[家に あった くすり] を 飲んで、

result of a change／变化的结果
／kết quả của sự thay đổi

V た

noun modifier／名词修饰
／bổ nghĩa cho danh từ

cause or reason／原因或理由
／nguyên nhân và lý do

少し らくに なりました。

NA に

〔principal clause ／主句／ mệnh đề chính〕

E In Japanese, clauses that modify a noun go before a noun, and the predicate of that clause goes directly before the noun.
C 日语里修饰名词的修饰语放在名词前，修饰语中表示谓语部分的要直接放在名词前边。
V Trong tiếng Nhật, cụm từ bổ nghĩa cho danh từ được đặt ở trước danh từ, phần vị ngữ trong cụm từ bổ ngữ thì đứng ngay trước danh từ được bổ nghĩa.

Lesson

24 ～たり ～たり

-ing and -ing
又V₁又V₂
lúc thì ～ lúc thì～

---

❶きのう、友だちと おんがくを 聞いたり うたを うたったり しました。❷ほんとうに たのしかったです。

❶*Kinō, tomodachi to ongaku o kītari uta o utattari shimashita. Hontō ni tanoshikatta desu.*

Vocabulary

□ おんがく　*ongaku*：music／音乐／âm nhạc

□ 聞きます　*kikimasu*：listen／听／nghe

□ うた　*uta*：song／歌儿／bài hát

□ うたいます　*utaimasu*：sing／唱／hát

□ ほんとうに　*hontō ni*：truly／真／thật

□ たのしい　*tanoshī*：fun; exciting／快乐／vui

🔑 ～と

E The「と」in「友だち」means「～といっしょに」.

C「友だち」的「と」是表示「～といっしょに」的意思。

V「と」trong「友だち」mang ý nghĩa「～といっしょに」.

EX1 田中さんと いろいろな 話を しました。
(I talked about many things with Tanaka-san.／和田中聊了许多话。／ Tôi đã nói nhiều chuyện với bạn Tanaka.)

EX2 かぞくと りょこうを したいです。
(I want to go on a trip with my family.／想跟家人旅行。／ Tôi muốn đi du lịch với gia đình.)

🔑 ～たり～たり（します）

E Two verbs or adjectives are connected with「たり」and placed side-by-side.

C 用「たり」来连接两个动词或形容词，表示并列。

V Khi nối hai động từ hoặc tính từ bằng「たり」thì biểu thị quan hệ song song.

EX1 お茶を 飲んだり おかしを 食べたり しました。
(I drank tea and ate snacks.／喝喝茶，吃吃点心。／ Khi thì uống trà khi thì ăn bánh.)

EX2 このごろは あつかったり さむかったり します。
(It has been warm and cold recently.／最近忽热忽冷。／ Gần đây trời lúc thì nóng, lúc thì lạnh.)

78

♂ **Aかった**

🄔 The past form of an *i*-adjective. This changes in the form of 「い→かった」.

🄒 是イ形容词的过去式，「い→かった」。

🄥 Là dạng quá khứ của tính từ đuôi I. Cách biến đổi là 「い→かった」.

> **EX1** お茶も おかしも とても おいしかったです。
> （Both the tea and the snacks were very delicious.／茶也好喝，点心也好吃。／ Cả trà và bánh đều rất ngon.）
>
> **EX2** この 本は むずかしかったです。
> （This book was difficult.／这本书很难。／ Quyển sách này rất khó.）

🔍 Focus on the Structure

affects the entire sentence
／与全句相关
／ bổ nghĩa cho toàn bộ câu

(to) decorate／修饰／ bổ nghĩa

❶ ＼きのう、／ 友だちと 〈おんがくを 聞いたり うたを うたったり
［人］と 　　　　　〜たり 　　　　　　〜たり

しました〉。

🄔 Used when wanting to discuss multiple things instead of just one. 「〜」should be replaced by things of the same type.

🄒 想叙述不是一个事物，而是多个事物时使用。在「〜」加入同类事物。

🄥 Sử dụng mẫu câu này khi muốn nêu ra không chỉ là một sự việc mà là nhiều sự việc. Phần「〜」 sẽ là những từ cùng một loại.

emphasis／强调／ nhấn mạnh

❷ ＼ほんとうに／ たのしかったです。
A かった
predicate／谓语／ vị ngữ

🄔 「ほんとうに」is often used to emphasize something or to say it in a sincere way.

🄒 「ほんとうに」表示强调、加重语气时常使用。

🄥 「ほんとうに」 thường được sử dụng khi muốn nhấn mạnh hoặc kèm thêm tình cảm vào lời nói.

Lesson
25 N₁は N₂で

N₁ *wa* N₂ *de*
N1是N2
Đây là N₁ còn kia là N₂

---

❶ ここに ある えは みんな、かのじょが かいた ものです。

❷ これは かのじょの いもうとで、あれは 北海道の 山です。
（ほっかいどう）（やま）

その 小さいのは かのじょです。
（ちい）

❶ *Koko ni aru e wa minna, kanojo ga kaita mono desu.* ❷ *Kore wa kanojo no imōto de, are wa Hokkaidō no yama desu. Sono chīsai nowa kanojo desu.*

Vocabulary

- え　*e*：art／画儿／tranh
- かのじょ　*kanojo*：she／她／cô ấy
- みんな　*minna*：everyone／都／mọi thứ
- いもうと　*imōto*：little sister／妹妹／em gái
- 北海道　*Hokkaidō*：Hokkaido／北海道／Hokkaido

🔑 Nが〜

E 「彼女は 絵を かきました。その 絵です。(She drew a picture. That is the picture.)」 can be shortened by expressing it as 「彼女が かいた ものです (That is something she drew)」. The question of who did what in the modifier is indicated by 「が」.

C 将「彼女は 絵を かきました。その 絵です。」的内容缩短，可以表现为「彼女が かいた ものです」。修饰的内容「だれがしたか」用「が」来表示。

V Mô tả rút gọn của nội dung 「彼女は 絵を かきました。その 絵です。(Cô ấy đã vẽ tranh. Đây là bức tranh đó.)」 sẽ là 「彼女が かいた ものです (Là tranh do cô ấy vẽ)」. Sử dụng 「が」 để biểu thị "người đã làm" là nội dung bổ nghĩa.

EX これは 田中さんが つくった りょうりです。
（たなか）
(This is a meal Tanaka-san made.／这是田中做的菜。／Đây là những món ăn do bạn Tanaka nấu.)

🔑 N₁は N₂で

E When talking about two or more things side-by-side, 「〜で」 is used, such as 「これは 〜で、それは 〜です(This is 〜 and that is 〜)」.

C 并列说关于两个以上的事物时用「〜で」，可以说成「これは 〜で、それは 〜です」。

V Sử dụng 「〜で」 khi liệt kê 2 sự vật trở lên như 「これは 〜で、それは 〜です (Đây là 〜 , còn đó là 〜)」.

EX1 こちらは Aさんで、こちらは Bさんです。
(This is A-san, and this is B-san.／这位是 A，这位是 B。／Đây là bạn A, còn đây là bạn B.)

EX2 これは わたしが とった しゃしんで、あれは かのじょが とった しゃしんです。
(This is a picture I took, and that is a picture she took.／这是我照的照片，那是她照的照片。／Đây là bức ảnh tôi chụp, còn kia là bức cô ấy chụp.)

 Aの[名詞化 *nominalize*／名词化／ danh từ hoá]
めいしか

E An expression that nominalizes an *i*-adjective.

C い形容词的名词化的表现。

V Là cách chuyển tính từ đuôi I sang danh từ.

EX ▶ 新しい くつを 買いました。古い**の**は すてます。
あたら　　　　　　　か　　　　　　ふる

(I bought new shoes. I will throw the old ones away.／买了双新鞋，旧的扔掉。／ Tôi đã mua giày mới. Đôi cũ thì tôi sẽ vứt đi.)

🔍 Focus on the Structure

noun modifier／名词修饰／ bổ nghĩa cho danh từ
adverb／副词／ trạng từ
noun modifier／名词修饰／ bổ nghĩa cho danh từ

❶ ［ここに ある え］ は ＼みんな／、かのじょが ［かいた もの］ です。
　　　　　　Ｖふ　　　　　　　　　　　　　　　　　Ｖふ

E The first noun modifier is verb and subject, while the second is verb and object.

C 第一个名词修饰是「动词和主语」，第二个是「动词和宾语」的关系。

V Cụm từ bổ nghĩa cho danh từ thứ nhất có quan hệ "động từ + chủ ngữ", cụm từ thứ hai có quan hệ "động từ + tân ngữ".

N₁ の N₂　　　　　　　　　　N₁ の N₂

❷ これは かのじょの いもうとで、あれは 北海道の 山です。
　　　　　　　　　　　　　　　　　　　　ほっかいどう　　やま
　　　　　　～は ～で　　　　　　　　　　　　～は ～です

Lesson

26 ～を［経路］
（けいろ）

~by way of [path]
～を［路径］
～ WO [lộ trình]

❶うみへ 行く ときは、川の そばの ほそい 道を とおります。
　（い）　　　（かわ）　　　　　　　　（みち）

❷駅や デパート などへ 行く ときは、車が たくさん はしる 道を
（えき）　　　　　　　（い）　　　　　（くるま）　　　　　　　（みち）

とおります。

❶ *Umi he iku toki wa, kawa no soba no hosoi michi o tōrimasu.* ❷ *Eki ya depāto nado e iku toki wa, kuruma ga takusan hashiru michi o tōrimasu.*

Vocabulary

- [ ] 川　*kawa*：river／河／sông
- [ ] そば　*soba*：nearby／旁边／bên cạnh
- [ ] ほそい　*hosoi*：thin; narrow／细／hẹp
- [ ] とおります　*tōrimasu*：pass through／进过，穿过／đi qua
- [ ] デパート　*depāto*：department store／百货店／cửa hàng bách hoá

- [ ] ～など　*~nado*：and so on／～等／v.v.
- [ ] 車　*kuruma*：car／车／ô tô
- [ ] 道　*michi*：street; path／道路／đường
- [ ] たくさん　*takusan*：many／很多／nhiều
- [ ] はしります　*hashirimasu*：drives／跑／chạy

🔑 ～へ［方向・方角］ orientation/direction／［方向・方面／phương hướng, hướng chính］
　　　　　　（ほうこう）（ほうがく）

Ⓔ「へ」indicates the direction of movement. It is similar to「に」, but「に」indicates a ppoint of arrival.

Ⓒ「へ」表示移动的方向。与「に」相似，但「に」是表示到达地点。

Ⓥ「へ」biểu thị phương hướng di chuyển đến. Mặc dù giống với「に」, nhưng「に」sẽ biểu thị "điểm đến".

EX1 来週の 土よう日、京都へ 行きます。(I'm going to Kyoto next Saturday.／下周六去京都。／Thứ 7 tuần sau tôi sẽ đi Kyoto.)
（らいしゅう）（ど）（び）（きょうと）

EX2 京都の 友だちの 家に 行きます。(I'm going to my friend in Kyoto's house.／去京都的朋友家。／Tôi sẽ đi đến nhà bạn ở Kyoto.)
（きょうと）（とも）（いえ）（い）

🔑 ～を［経路］ path／路径／lộ trình
　　　　（けいろ）

Ⓔ The path of verbs that indicate movement such as「とおる」is represented by「N＋を」.

Ⓒ 象「とおる」这样表示移动的动词，用「N＋を」来表示其路径。

Ⓥ Khi sử dụng những động từ biểu thị di chuyển như「とおる」, thì lộ trình di chuyển đó được thể hiện bằng「N＋を」.

EX1 大きな とりが 空を とんでいます。（とびます）
（おお）　　　（そら）
(There is a large bird flying in the sky.／大鸟在空中飞。／Một con chim to đang bay trên trời.)

EX2 こうえんの 中を さんぽしました。（さんぽします）
　　　　　（なか）
(I took a walk inside the park.／在公园里散步。／Đã đi dạo trong công viên.)

EX3 びょういんに 行く とき、この はしを わたります。（わたります）
　　　　　　（い）
(When you go to the hospital, you cross over a bridge.／去医院时要过这座桥。／Khi đi đến bệnh viện, thường qua cây cầu này.)

🔑 ～など　～ and so on／～等／～ v.v..

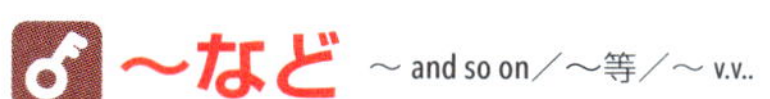

E「など」represents "and other similar things."

C「など」表示「包括其他的相同的事物」。

V「など」biểu thị "bao gồm cả những thứ khác tương tự như vậy".

> **EX1** 食べものや 飲みもの**など**を 買いました。
> た　　　　の
> (I bought food, drinks, and so on.／买了吃的、喝的等。／ Đã mua đồ ăn, đồ uống v.v..)
>
> **EX2** はこの 中には、本や ノート**など**が 入って いました。
> なか　　　ほん　　　　　　　　　はい
> (There were books, notebooks, and so one inside the box.／箱子里装着书、笔记本等。／ Trong hộp đang bỏ nhiều thứ như sách, vở v.v..)

🔍 Focus on the Structure

direction; orientation ／方向／ phương hướng　　(to) decorate／修饰／ bổ nghĩa

❶ ＼ うみ へ 行く とき は、／
い
adverbial clause about time／
时间的副词节／ mệnh đế trạng từ chỉ thời gian

N_1 の N_2

A + N

course; path／路经／ đường đi

＼ いつも ／ ［川の そば］の ［ほそい 道］を とおります。
かわ　　　　　　　　　　みち

Principal clause ／主句／ mệnh đế chính

parallel／并列／ song song, ngang hàng

direction; orientation ／方向／ phương hướng

❷ ＼〈［駅や デパート］など〉へ 行く とき は、／
えき　　　　　　　　　　　　　　い
adverbial clause about time／
时间的副词节／ mệnh đế trạng từ chỉ thời gian

(to) decorate／修饰／ bổ nghĩa

(to) decorate／修饰／ bổ nghĩa

course; path／路经／ đường đi

［車が たくさん はしる 道］を とおります。
くるま　　　　　　　　　みち

Principal clause ／主句／ mệnh đế chính

E The particle used to indicate the subject inside of a clause that modifies a noun is 「が」. (⇒「車が た くさん はしる 道」)

C 修饰名词的修饰语中，表示主语的助词是「が」。(⇒「車が たくさん はしる 道」)

V Trong cụm từ bổ nghĩa cho danh từ, trợ từ chỉ chủ ngữ sẽ là 「が」. (⇒「車が たくさん はしる みち」)

Lesson 27 〜ないで

Without 〜
不要V
không 〜

朝は いつも パンを 食べます。❶でも、けさは へやに 飲みものと やさいしか ありませんでした。❷時間も なかったですから、何も 食べないで 学校に 行きました。

Asa wa itsumo pan o tabemasu. ❶ Demo, kesa wa heya ni nomimono to yasai shika arimasendeshita. ❷ Jikan mo nakatta desu kara, nani mo tabenaide gakkō ni ikimashita.

Vocabulary

☐ パン　*pan*：bread／面包／bánh mì

☐ 飲みもの　*nomimono*：drink／喝的／đồ uống

☐ やさい　*yasai*：vegetable／蔬菜／rau củ

☐ 時間　*jikan*：time／时间／thời gian

🔑 〜しか（〜ません）　Only 〜／只有〜／chỉ 〜 thôi

E Represents that nothing else applicable exists. Similar to「〜だけ」, but「しか」is always used together with the negative form.

C 表示没有合适的，与「〜だけ」相似，但「しか」常与否定式一起使用。

V Biểu thị không có cái nào khác nữa phù hợp. Giống với「〜だけ」, tuy nhiên「しか」luôn đi với dạng phủ định.

> **EX1** かれしか カギを 持って いません。
> （He is the only one with a key.／只有他有钥匙。／Chỉ có anh ấy cầm chìa khoá.）

> **EX2** あいている 店は、ここしか ありません。
> （This is the only store that is open.／开门的店只有这里。／Chỉ có cửa hàng này mở cửa.）

🔑 〜ないで　Without 〜／不要V／không 〜

E Takes the form「Aないで B」, and represents that the normally performed (A) is not done, and B is done instead.

C 用「Aないで B」这一句型来通常表示不（A）而B。

V Mẫu「Aないで B」biểu thị không làm hành động thường làm (A) mà làm hành động B.

> **EX1** 弟は、かさを 持たないで 出かけました。
> （My little brother left without an umbrella.／弟弟不带伞就出去了。／Em trai tôi không cầm ô mà đi ra ngoài.）

> **EX2** 何も 見ないで 答えを 書いて ください。
> （Please write down your answer without looking at anything.／什么也别看，请写出答案。／Hãy viết câu trả lời và không được xem bất cứ tài liệu nào）

Focus on the Structure

❶

Conjunctions／接续词／Liên từ

adverbial phrase about time／时间的副词句／cụm trạng từ chỉ thời gian

adverbial phrase about place／场所的副词句／cụm trạng từ chỉ địa điểm

《でも、》　けさは　　へやに

ＮとＮ：並列

indicate a location／表示场所／chỉ nơi chốn

飲みものと　やさい　しか　ありませんでした。

S - V

❷

(to) decorate／修饰／bổ nghĩa

reason／理由／Lí do

時間も　なかったですから、

Ａ かった

adverbial clause／副词节／mệnh đề trạng từ

何も～ない

～ないで

〈何も　食べないで〉学校に　行きました。

Principal clause／主句／mệnh đề chính

E V₁ and V₂ in 「V₁ ないで V₂」 are performed by the same actor.

C 「V₁ ないで V₂」中 V₁、V₂ 的动作行为者相同。

V V₁ và V₂ trong 「V₁ ないで V₂」 có cùng một chủ thể.

Lesson

28 助詞＋助詞
じょし　じょし

Particle + Particle
助词＋助词
Trợ từ + trợ từ

---

❶母とは よく 電話で 話しますが、父とは あまり 話しません。
　はは　　　　　でんわ　はな　　　　　ちち　　　　　　　　はな
❷父には ときどき メールを 送ります。父からも よく メールが
　ちち　　　　　　　　　　　　おく　　　　ちち
来ます。
き

❶ *Haha towa yoku, denwa de hanashimasuga, Chichi towa amari hanashimasen.* ❷ *Chichi niwa tokidoki mēru o okurimasu. Chichi kara mo yoku mēru ga kimasu.*

Vocabulary

□ 母　*haha*：mother／母亲／mẹ
　はは

□ よく　*yoku*：often／经常／thường xuyên

□ 電話　*denwa*：phone／电话／điện thoại
　でんわ

□ 話します　*hanashimasu*：speak／说话／nói chuyện

□ 父　*chichi*：father／父亲、爸爸／bố
　ちち

□ メール　*mēru*：e-mail／伊妹儿／email

□ ときどき　*tokidoki*：sometimes／经常／thỉnh thoảng

□ 送ります　*okurimasu*：send／送／gửi
　おく

🔑 ～とは

E A connection of the particles 「と」 and 「は」. 「は」 is used to indicate topics and emphasize targets. When lined up, such as in 「Aは～、Bは～」, it also works to contrast A and B.

C 是助词「と」与「は」的结合。「は」有表示话题、强调对象的作用。「Aは～、Bは～」并列使用时有对比的作用。

V Là dạng kết hợp trợ từ 「と」 và trợ từ 「は」. 「は」 có vai trò đưa ra chủ đề hoặc nhấn mạnh đối tượng. Ngoài ra, với việc liệt kê như 「Aは～、Bは～」, thì sẽ mang nghĩa so sánh.

> **EX** 田中さん**とは** 会いましたが、青木さんとは 会いませんでした。
> 　　　たなか　　　　あ　　　　　　　あおき　　　　　あ
> (I met Tanaka-san, but I did not meet Aoki-san.／跟田中见面了，但没跟青木见面。／Tôi đã gặp bạn Tanaka nhưng không gặp bạn Aoki.)

🔑 ～で［方法・道具・材料 Method/Tool/Material／方法・工具・材料／phương tiện, dụng cụ, nguyên liệu］
　　　　ほうほう　どうぐ　ざいりょう

E In addition to expressing location, the 「～で」 in 「～でV」 can express method, tool, or material.

C 「～でV」的「～で」是表示场所以外的方法・工具・材料等。

V 「～で」 trong 「～でV」 ngoài biểu thị nơi chốn còn biểu thị phương tiện, dụng cụ, hoặc nguyên liệu.

> **EX1** バス**で** びょういんに 行きます。
> 　　　　　　　　　　　　　　　い
> (I go to the hospital by bus.／坐公交车去医院。／Tôi đi đến bệnh viện bằng xe buýt.)

> **EX2** これは たまごと ぎゅうにゅう**で** 作ります。
> 　　　　　　　　　　　　　　　　　　つく
> (This is made from eggs and milk.／这是用鸡蛋和牛奶做的。／Cái này được làm từ trứng và sữa.)

🗝 〜には

E A connection of the particles 「に」 and 「は」. In addition to indicating where something is, it can also be used to indicate the target of an action.

C 是助词「に」和「は」的结合。除表示「东西的存在场所」外，还表示动作对象的场所。

V Là dạng kết hợp trợ từ 「に」 và trợ từ 「は」. Ngoài việc biểu thị "nơi tồn tại của đồ vật" thì còn mô tả đối tượng hành động.

> **EX1** 先生には あした、話します。（I will speak to my teacher tomorrow.／明天跟老师说。／ Với thầy thì tôi sẽ nói vào ngày mai.）
>
> **EX1** 駅には、本屋も あります。（There is even a bookstore in the station.／车站里有书店。／ Ở nhà ga cũng có cả hiệu sách.）

🗝 〜からも

E A connection of the particles 「から」 and 「も」.

C 是助词「から」和「も」的结合。

V Là dạng kết hợp trợ từ 「から」 và trợ từ 「も」.

> **EX1** かのじょからも ハガキが 来ました。（I received a postcard from her, too.／她寄来了明信片。／ Cũng có thiệp từ cô ấy.）
>
> **EX2** タイからも たくさんの 留学生が 来ています。
> （Many exchange students are coming from Thailand, too.／从泰国来了很多留学生。／ Cũng có nhiều lưu học sinh đến từ Thái Lan.）

🔍 Focus on the Structure

❶ 母とは よく でんわで 話しますが、

Aとは〜が
↕ contrast／对比／ so sánh, đối chiếu
Bとは〜

(to) decorate／修饰／ bổ nghĩa

父とは あまり 話しません。
あまり〜ません

（でんわで）
abbreviation／省略／ lược bỏ

❷ 父には ときどき メールを 送ります。

(to) decorate／修饰／ bổ nghĩa

target of an action ＋ theme／动作的对象＋主题
／đối tượng hành động ＋ chủ đề

E While 「〜に」 simply indicates the target of an action, 「〜には」 has the nuance of highlighting it as a theme of interest.

C 「〜に」是单纯地表示动作的对象，「〜には」则具有作为关心的话题而特别提及的语气。

V Với 「〜に」 thì chỉ đơn giản biểu thị đối tượng hành động, và 「〜には」 thì được sử dụng khi muốn nói nhấn mạnh chủ đề đang được quan tâm.

Lesson 29　〜で［理由］
りゆう
〜で [Reason]
vì 〜 [理由]
〜で [lý do]

---

❶木よう日と 金よう日、さくらさんが かぜで 学校を 休みました。でも、びょういんの くすりを のんで、げんきに なりました。❷わたしが 帰る とき、かのじょは「もう よく なりましたから、月よう日から じゅぎょうに 出ます」と 言いました。

❶ *Mokuyōbi to kinyōbi, Sakura-san ga kaze de gakkō o yasumimashita. Demo, byōin no kusuri o nonde, genki ni narimashita.* ❷ *Watashi ga kaeru toki, kanojo wa "Mō yoku narimashita kara, getsuyōbi kara jugyō ni demasu." to īmashita.*

Vocabulary

- 木よう日　*mokuyōbi*：Thursday／星期四／Thứ 5
- 金よう日　*kinyōbi*：Friday／星期五／Thứ 6
- かぜ　*kaze*：cold／感冒／bệnh cảm
- げんき（な）　*genki (na)*：energetic／有精神／khoẻ
- じゅぎょう　*jugyō*：class／课／giờ học
- 出ます［じゅぎょうに］　*demasu*：attend／出席／tham gia

🔑 〜で［理由 reason／理由／lý do］
りゆう

E The「で」in「びょうきで」represents a meaning or reason.

C「びょうきで」的「で」是表示原因或理由等。

V「で」trong「びょうきで」biểu thị nguyên nhân hoặc lí do.

EX1 かれは **びょうきで** 2週間、会社を 休んで います。
しゅうかん　かいしゃ　やす
(He has taken two weeks off from work because of an illness.／他生病休息了两个星期。／ Anh ấy vì bị bệnh nên đã nghỉ làm ở công ty 2 tuần rồi.)

EX2 **しゅくだいで** いそがしいですから、買いものは やめました。
か
(I am busy because of homework, so I decided not to go shopping.／因为忙着做作业，所以不去买东西了。／ Tôi đang bận làm bài tập về nhà, nên thôi không đi mua sắm nữa.)

🔑 NAに なります

E An expression that represents a change in state using a *na*-adjective

C 是用ナ形容词来表示状态变化的表现。

V Sử dụng tính từ đuôi NA để mô tả sự thay đổi trạng thái.

EX1 かのじょは **きれいに なりました。** (She became pretty.／她变漂亮了。／ Cô ấy đã trở nên xinh đẹp.)

EX2 よく 休んで、早く **げんきに なって** ください。
やす　　はや
(Rest well and please get better soon.／好好休息，快点儿康复。／ Hãy nghỉ ngơi thật nhiều và sớm khoẻ lại nhé.)

Focus on the Structure

❶ ＼木よう日と金よう日、／

adverbial phrase about time／时间的副词句
／cụm trạng từ chỉ thời gian

(to) decorate／
修饰／bổ nghĩa

さくらさんが ＼かぜで／ 〈学校を 休みました〉。

reason／理由／Lí do

(to) decorate／修饰／bổ nghĩa

❷ 〔わたしが 帰る とき、〕かのじょは

adverbial clause about time／
时间的副词节／mệnh đề trạng từ chỉ thời gian

subject／主语／chủ ngữ

(to) decorate／修饰／bổ nghĩa

reason／理由／Lí do

「もう よく なりました から、＼月よう日から／

Aくなる

adverbial phrase about time
／时间的副词句
／cụm trạng từ chỉ thời gian

(to) decorate／修饰／bổ nghĩa

〈じゅぎょうに 出ます〉。」と 言いました。

to quote／引用／trích dẫn

predicate／谓语／vị ngữ

🅔 The 「～」 in 〈「～」 と 言います〉 is what has been said, so it has nothing to do with the tense of the underlined section.

🅒 〈「～」 と 言います〉 的 「～」 是发话的内容，画线部分与时态没用关系。

🅥 Vì phần 「～」 trong 〈「～」 と 言います〉 là câu được trích dẫn nguyên văn từ người nói, nên không có quan hệ về thì với phần được gạch chân.

Lesson 30 〜ながら

While ~
一边~
vừa ~ vừa

先週 買った本は、とても おもしろいです。❶でも、むずかし
い ことばが 多くて、じしょを 使いながら、読んで います。時
間が かかりますが、ぜんぶ 読みます。❷読んだ あと、リサさん
に かしますから、読んで ください。

Senshū katta hon wa, totemo omoshiroi desu. ❶ Demo, muzukashī kotoba ga ōkute, jisho o tsukai nagara, yonde imasu. Jikan ga kakarimasu ga, zenbu yomimasu. ❷ Yonda ato, Lisa-san ni kashimasu kara, yonde kudasai.

Vocabulary

- □ 先週　*senshū*：last week／上周／tuần trước
- □ おもしろい　*omoshiroi*：interesting／有意思／hay, thú vị
- □ むずかしい　*muzukashī*：difficult／难／khó
- □ ことば　*kotoba*：word／词汇／từ
- □ 多い　*ōi*：many／多／nhiều
- □ じしょ　*jisho*：dictionary／典／từ điển
- □ つかいます　*tsukaimasu*：use／用／sử dụng
- □ かかります [時間]　*kakarimasu*：take (time)／要／mất, tốn
- □ かします　*kashimasu*：lend／借给／cho mượn

〜ながら　While ~／一边~／vừa ~ vừa

E Used to express that two or more actions are being carried out at the same time. The one that is not the main action is expressed using 「〜ながら」.

C 表示两个以上的动作同时进行时使用。用「〜ながら」来表示非主要动作。

V Sử dụng khi mô tả việc tiến hành đồng thời 2 hành động trở lên. Phần「〜ながら」sẽ biểu thị hành động phụ.

EX1 何か 食べながら、話しましょう。（Let's talk while we eat.／一边吃点什么一边说吧。／Vừa ăn gì đấy vừa nói chuyện nhé.）

EX2 いま、おんがくを 聞きながら、べんきょうして います。
(I'm studying while listening to music right now.／现在在一边听着音乐，一边学习。／Bây giờ tôi đang vừa nghe nhạc vừa học bài.)

かかります [時間・お金]　Time/Money／时间・钱／thời gian, tiền
　　　　　　　　　　(じかん) (かね)

E Expresses that time or money is required.

C 表示需要时间或金钱等。

V Mô tả việc tiêu tốn thời gian hoặc tiền bạc.

EX1 りょこうは お金が かかります。（It costs money to go on a trip.／旅行需要钱。／Đi du lịch thì mất nhiều tiền.）

EX2 ここから くうこうまで 1時間 かかります。
(It takes an hour to get from here to the airport.／从这儿到机场要一个小时。／Đi từ đây ra sân bay sẽ mất 1 tiếng đồng hồ.)

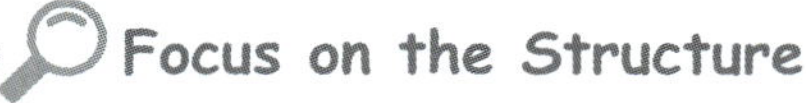

🔍 Focus on the Structure

contradictory conjunction
／逆接／ liên kết nghịch

(to) decorate ／修飾／ bổ nghĩa

cause or reason ／原因或理由
／ nghuyên nhân và lý do

❶ 《でも、》〔〔むずかしい ことば〕が 多（おお）くて、〕

Aくて

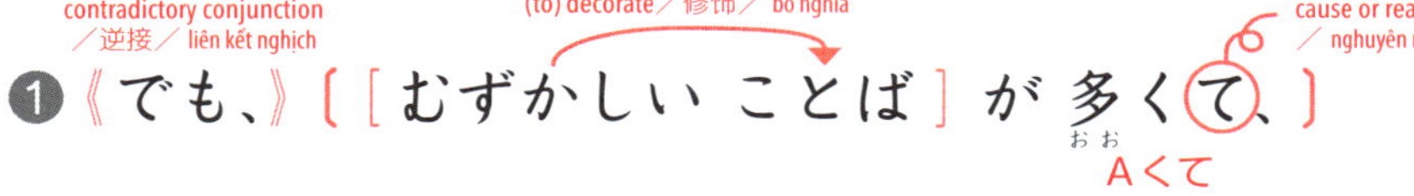

＼じしょを 使（つか）いながら、／読（よ）んで います。

adverbial phrase（form; situation）／副詞句（様態）
／ cụm trạng từ（trạng thái）

（本（ほん）を）
abbreviation／省略／ lược bỏ

Vています

E B in「Aながら B」should be a continuous action.
C 连续的动作放在「Aながら B」的B中。
V B trong「Aながら B」là động từ chỉ hành động tiếp diễn.

EX 食（た）べます、まちます、べんきょうします

receiver／接受方／ người nhận

❷〔＼読（よ）んだ あと、／リサさんに かしますから、〕

adverbial phrase（reason）
／副詞句（理由）／ cụm trạng từ（Lí do）

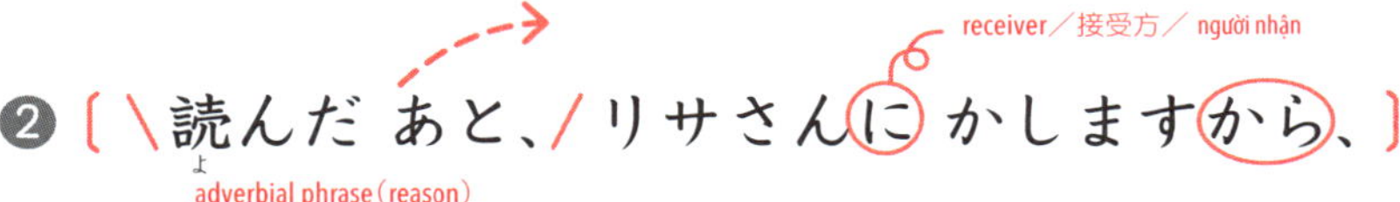

読（よ）んで ください。

（リサさんも）
abbreviation／省略／ lược bỏ

ふくしゅう　§3 (Lesson 21-30)

Ⅰ つぎの ①〜⑥の ＿＿＿に 合う ものを a〜gの 中から えらんで、文を つくりましょう。

Choose what best goes in blanks ①〜⑥ from a〜g to create a sentence.
请从 a〜g 中选择适合下面①〜⑥的 ＿＿ 进行造句。
Chọn một từ hoặc một cụm từ trong a〜g để điền vào chỗ ＿＿ trong câu ①〜⑥ và hoàn thành câu.

① この 本は むずかしい ことばが 多くて ＿＿＿＿＿＿＿＿＿＿＿＿＿＿＿＿＿＿＿。

② けさは へやに のみものしか ＿＿＿＿＿＿＿＿＿＿＿＿＿＿＿＿＿。

③ ともだちと おんがくを 聞いたり ＿＿＿＿＿＿＿＿＿＿＿＿＿＿＿＿。

④ ばんごはんを 食べてから ＿＿＿＿＿＿＿＿＿＿＿＿＿＿＿。

⑤ 午後から あたまが いたくて ＿＿＿＿＿＿＿＿＿＿＿＿＿＿＿。

⑥ 母とは よく でんわで 話しますが ＿＿＿＿＿＿＿＿＿＿＿＿＿＿＿＿。

a. 父とは あまり 話しません　　b. 本を 少し 読みました
c. 何も できませんでした　　　　d. ありませんでした
e. かのじょが かきました　　　　f. じしょを つかいながら 読みます
g. うたを うたったりしました

Ⅱ （　　）の 中に 入れる ことばを a〜dから えらびましょう。

Choose words to put in （　　）from a〜d.
请从 a〜d 中选择正确的词语填入（　　）内。
Chọn một từ hoặc một cụm từ trong a〜d để điền vào chỗ（　　）.

① さくらさんが （　　　　） 学校を 休みました。

a. かぜを　　　　　b. かぜで　　　　　c. かぜの　　　　　d. かぜに

② この 本は、わたしが （　　　　）あと、リサさんに かします。

a. よむ　　　　　b. よみました　　　c. よんだ　　　　　d. よみます

❸ 時間が　なかったですから、何も　（　　　　）　会社に　行きました。

　　a．たべます　　　　　　b．たべません　　　　c．たべて　　　　　　d．たべないで

❹ ゆうがたの　ニュースを　（　　　）　あとで　しゅくだいを　します。

　　a．みる　　　　　　　　b．みた　　　　　　　c．みてから　　　　　d．みないで

❺ ここに　ある　えは、みんな　かのじょが　（　　　）　えです。

　　a．かきます　　　　　　b．かいた　　　　　　c．かく　　　　　　　d．かきました

❻ うみへ　行く　ときは、川の　そばの　ほそい　（　　　）　とおります。

　　a．みちで　　　　　　　b．みちに　　　　　　c．みちを　　　　　　d．みちへ

Ⅲ　つぎの　❶〜❻の　あとに　もう　一つ、文を　入れます。＿＿＿に　合う　ものを
　　a〜gの　中から　えらんでください。

Insert one more sentence after the following sentences ❶〜❻ . Choose what matches (　　　) from a〜g .
在下面❶〜❻的句子后，再加上一个句子，请从a〜g中选择正确的填入（　　　）中。
Sẽ thêm một câu nữa sau các câu ❶ 〜 ❻ dưới đây. Chọn một câu từ trong a 〜 g để điền vào chỗ (　　　) .

❶ 父には　ときどき　メールを　おくります。（　　　　　　　　）

❷ きょうは　まだ　雨が　ふって　いません。（　　　　　　　　）

❸ 今、1000円しかありません。（　　　　　　　　）

❹ きのうは　みんなで　うたったり　ゲームを　したり　しました。（　　　　　　　　）

❺ これから　テストを　します。（　　　　　　　　）

❻ あたまが　いたくて、何も　できません。（　　　　　　　　）

a．つぎに　来た　ときに　買いましょう。　　　b．ほんとうに　たのしかったです。

c．たぶん、あしたか　あさって、ふるでしょう。　d．父からも　よく　メールが　来ます。

e．おんがくを　聞きながら　べんきょうして　います。

f．何も　見ないで　答えて　ください。　　　　g．くすりを　買いに　行きます。

93

モデル文章の 訳
ぶんしょう やく

Model Sentence Translations
模式文章的翻译
Phần dịch của đoạn văn mẫu

Lesson 21

E❶ It hasn't rained yet this month. **❷** It should probably rain tomorrow or the day after.

C❶ 这个月还没下雨。　② 大概明后天下吧。

V❶ Tháng này vẫn chưa mưa. **❷** Có lẽ ngày mai hoặc ngày kia sẽ mưa.

Lesson 22

E❶ I do my homework after watching the evening news. **❷** And then I read a little bit after eating dinner.

C❶ 看完傍晚的新闻后做作业。　**❷** 然后，吃完晚饭后再看会儿书。

V❶ Sau khi xem thời sự buổi chiều, tôi sẽ làm bài tập về nhà. **❷** Và sau khi ăn tối xong, tôi sẽ đọc sách một lúc.

Lesson 23

E❶ My head hurt today from the afternoon, so I couldn't do anything. **❷** In the evening, I took some medicine we had at home, and it got a little better.

C❶ 今天从下午开始头疼，什么也做不了。 **❷**傍晚吃了家里的药，好点儿了。

V❶ Tôi bị đau đầu từ chiều nên đã không làm được gì cả. **❷** Chiều tối về uống thuốc có ở nhà thì tôi đã thấy đỡ hơn.

Lesson 24

E❶ I listened to music and sang with friends yesterday. **❷** It was really fun.

C❶昨天跟朋友听了听音乐，唱了唱歌儿。 **❷**真的很开心。

V❶ Hôm qua tôi lúc thì nghe nhạc lúc thì hát bài với bạn bè. **❷** Thật sự là đã rất vui.

Lesson 25

E❶ All of the drawings here have been drawn by her. **❷** This is her little sister, and that is a mountain in Hokkaido. That small one is her.

C❶ 这里的画儿都是她画的。 **❷** 这是她妹妹，那是北海道的山，那个小的是她。

V❶ Những bức tranh có ở đây, mọi thứ đều là do cô ấy vẽ. **❷**Đây là em gái của cô ấy, còn kia là một ngọn núi nằm ở Hokkaido. Người nhỏ đó là cô ấy.

Lesson 26

E❶ When going to the sea, you go by way of a narrow street to the side of the river. **❷** When going to the department store and other places, you go by way of a street that many cars drive down.

C❶ 去海边时，要通过河边的小道。 **❷**去车站和百货店时，要经过车辆很多的道。

V❶ Khi đi đến biển, thường đi qua đường nhỏ bên sông. **❷**Khi đi đến nhà ga hoặc cửa hàng bách hoá v.v., thường đi qua đường có nhiều ô tô đi.

Lesson 27

E I always eat bread in the morning. **❶**But this morning, there were only drinks and vegetables in my room. **❷** I didn't have time either, so I went to school without eating anything.

C早上我经常吃面包，**❶**可是今天早上只有喝的和蔬菜，**❷**加上又没有时间，所以什么也没吃，就去学校了。

VBuổi sáng tôi thường ăn bánh mì. **❶** Nhưng sáng nay trong phòng chỉ còn có đồ uống và rau thôi. **❷** Mà cũng không có thời gian nữa, vì vậy tôi đã không ăn gì mà đi học.

Lesson ㉘

E ❶ I often speak to my Mother on the phone, but I do not speak much with my Father. ❷ I sometimes send e-mails to my Father. I often receive e-mails from my Father, too.

C ❶ 经常跟母亲通电话，不太跟父亲通电话。❷ 给父亲发短信，父亲也经常给我发短信。

V ❶ Tôi hay nói chuyện với mẹ bằng điện thoại, nhưng không hay nói chuyện với bố. ❷ Với bố thì tôi gửi email. Bố tôi cũng hay gửi email cho tôi.

Lesson ㉙

E ❶ On Thursday and Friday, Sakura took off from school because of a cold. But she took the hospital's medicine and felt better. ❷ When I left, she said "I'm better now, so I will be in class starting on Monday."

C ❶ 星期四和星期五 Sakura 因感冒没来学校。不过吃了医生开的药后，好多了。❷ 我回去的时候，她说"已经好了，星期一去上课。"

V ❶ hứ 5 và thứ 6 bạn Sakura đã nghỉ học vì bị cảm. Nhưng uống thuốc bệnh viện cho thì được khoẻ lại. ❷ Khi tôi đi về, bạn ấy nói "Mình đã đỡ rồi, nên từ thứ 2 mình sẽ đi học lại.".

Lesson ㉚

E The book I bought last week is very interesting. ❶ However, it has many difficult words and so I am reading it while using a dictionary. It will take time, but I will read the whole thing. ❷ After I read it, I will let you borrow it.

C 上周买的书很有意思。❶不过难词很多，边查词典边看。虽然花很长时间，但要读完。 ❷看完后再借给理沙。

V Quyển sách tôi mua tuần trước rất hay. ❶ Nhưng vì có rất nhiều từ khó, nên tôi vừa đọc vừa phải sử dụng từ điển. Tuy mất nhiều thời gian, nhưng tôi sẽ đọc hết. ❷ Sau khi đọc xong, tôi sẽ cho Lisa mượn.

ふくしゅうの こたえ　Review Answers／复习答案／Đáp án bài ôn tập　**§3** (Lesson 21-30)

Ⅰ	❶ f	❷ d	❸ g	❹ b	❺ c	❻ a
Ⅱ	❶ b	❷ c	❸ d	❹ b	❺ b	❻ c
Ⅲ	❶ d	❷ c	❸ a	❹ b	❺ f	❻ g

Lesson

31 ～が ほしい

Want ~
想要～
muốn có ~

---

❶今の パソコンは もう 古くなって、ちょっと ふべんです。
7年間も つかって いますから。❷新しいのが ほしいです。
きょう、お店に 見に 行きました。❸いくつか、いいのが あり
ました。でも、ほしいのは 高かったです。来週、もう 一回 見に
行きます。

❶ *Ima no pasokon wa mō furuku natte, chotto fuben desu. nana-nenkan mo tsukatte imasu kara.*
❷ *Atarashī no ga hoshī desu. Kyō, o-mise ni mini ikimashita.* ❸ *Ikutsuka, ī no ga arimashita. Demo,*
hoshī no wa takakatta desu. Raishū, mō ikkai mi ni ikimasu.

Vocabulary

□ パソコン　*pasokon*：computer／电脑／máy tính

□ 古い　*furui*：old／旧／cũ

□ ふべん（な）　*fuben (na)*：fuben (na): inconvenient／不方便／bất tiện

□ ～年間　*~nenkan*：~ years／年／~ năm

□ ～が ほしい　*~ ga hoshī*：want ~／想要～／muốn có ~

□ いくつか　*ikutsuka*：a number／几个／vài

□ 高い　*takai*：expensive／贵／đắt

□ もう一回　*mō ikkai*：one more time／再一次／một lần nữa

🔑 ～から。［理由 reason／因为／lí do］

Ⓔ An expression used when using an addition sentence to add a reason to something.
Ⓒ 在句后加から，表示叙述其理由。
Ⓥ Là cách nói mô tả lý do bằng việc thêm một câu trình bày lí do.

EX きょうは 買いません。お金が ありませんから。
(I will not buy it today, because I do not have money.／今天不买，因为没有钱。／Hôm nay tôi không mua. Vì tôi không có tiền.)

🔑 ～が ほしいです　Want～／想要～／muốn có ~

Ⓔ 「～が ほしい」expresses that the speaker desires something.
Ⓒ 「～が ほしい」表示话者希望得到某物。
Ⓥ 「～が ほしい」biểu thị người nói muốn được có cái gì đó.

EX1 買いたい ものが たくさん ありますから、お金が ほしいです。
(There are many things I want to buy, so I want money.／想买的东西有很多，所以要有钱。／Vì có nhiều thứ muốn mua nên tôi muốn có tiền.)

EX2 もう ちょっと じゆうな 時間が ほしいです。
(I want to have a little more free time.／想要有再自由点儿的时间。／Tôi muốn có thời gian tự do nhiều hơn một chút nữa.)

序章

パート1

§1

§2

§3

§4

パート2

さくいん

🔍 Focus on the Structure

N₁ の N₂

❶ ［今の パソコン］ は ＼もう／ 古くなって、

いま・subject／主语／chủ ngữ

(to) decorate／修饰／bổ nghĩa

ふ る・Aクナル

cause or reason／原因或理由／nguyên nhân và lý do

(to) decorate／修饰／bổ nghĩa

＼ちょっと／ ふべんです。

predicate／谓语／vị ngữ

- Ⓔ 「もう＋Aくなった」 expresses that a certain state has been reached.
- Ⓒ 「もう＋Aくなった」 表示「达到某种状态」。
- Ⓥ 「もう＋Aくなった」 biểu thị "đã đến một trạng thái nào đó".

の＝パソコン

❷ ［新しいの］ が ほしい です。

あたら・predicate／谓语／vị ngữ

(to) decorate／修饰／bổ nghĩa

の＝パソコン

❸ ＼いくつか、／ 〈いいの〉 が ありました。

Aの

subject／主语／chủ ngữ・predicate／谓语／vị ngữ

Lesson

32 〜て くださいませんか

Could you please 〜
能不能〜吗?
Có thể 〜 được không ạ?

田中先生
（た なかせんせい）

❶すみません、来週の クラスの パーティーの とき、駅の 本屋（えき）（ほん や）に 来て（き） くださいませんか。5時（じ）ごろが いいです。わたしか カルロスさんが そこに います。駅から（えき） お店まで（みせ） いっしょに 行（い）きます。❷それから、きらいな 食べ（た）ものは ありませんか。また、お飲み（の）ものは、何が（なに） 好き（す）ですか。よろしく おねがいします。

Tanaka-sensē

❶ *Sumimasen, raishū no kurasu no pāthī no toki, eki no hon'ya ni kite kudasaimasen ka? 5-ji goro ga ī desu. Watashi ka Karurosu-san ga soko ni imasu. Eki kara omise made issho ni ikimasu.*
❷ *Sorekara, kiraina tabemono wa arimasen ka? Mata, onomimono wa, nani ga suki desu ka? Yoroshiku onegaishimasu.*

Vocabulary

□ それから　*sorekara*：also／不喜欢／và lại　　　□ きらい（な）　*kirai (na)*：hate／另外／không thích, ghét

---

🔑 **〜て くださいませんか**　Could you please〜／能不能〜吗?／Có thể 〜 được không ạ?

Ⓔ An expression used to politely request something of someone superior to you. Sentences using this often begin with 「すみません」 in order to convey feelings of modesty.

Ⓒ 是郑重地请年长的人做某事的表现。为了表达低姿态的心情，开头通常说「すみません」。

Ⓥ Là cách đưa ra yêu cầu làm gì đối với người trên một cách lịch sự. Để thể hiện sự khiêm tốn, 「すみません」 sẽ được thêm vào phần đầu.

EX1 すみません、ちょっと おしえて くださいませんか。
（I'm sorry, could you please teach me this?／对不起，能不能请教您一下?／Xin lỗi, anh có thể cho tôi biết một chút có được không ạ?）

EX2 ここに お名前を（な まえ） 書いて（か） くださいませんか。
（Could you please write your name here／能不能请您在这里写上您的名字?／Anh có thể viết tên vào đây có được không ạ?）

 **お〜**

E As one way to make your words more polite, you can place 「お」at the beginning of some words.

C 是有礼貌的说法之一，词语前附「お」。

V Là một trong các cách nói lịch sự, bằng cách thêm 「お」vào đầu từ.

EX1 **お**国は どちらですか。（What country are you from?／您是哪国人？／ Anh đến từ nước nào vậy ạ?）
くに

EX2 どうぞ、**お**へやの かぎです。（Here is your room key.／这是您房间的钥匙。 ／ Xin mời, đây là chìa khoá phòng của anh.）

EX3 こちらが **お**飲みものの メニューです。（This is the drink menu.／这是饮料的菜单。 ／ Đây là thực đơn đồ uống.）
の

🔍 Focus on the Structure

N₁ の N₂　(to) decorate／修饰／bổ nghĩa

❶ ＼すみません、／ ＼来週の パーティーの とき、／
らい しゅう

adverbial phrase about time
／时间的副词句
／ cụm trạng từ chỉ thời gian

N₁ の N₂

駅の 本屋に 来て くださいませんか。
えき ほん や き

V てくださいませんか

(to) decorate／
修饰／ bổ nghĩa

❷ ＼それから、／ ［きらいな 食べもの］は ありませんか。
た

E 「それから」 is used when adding to something that has previously been discussed.

C 「それから」 叙述追加前面所述的事情时使用。

V 「それから」 được sử dụng khi muốn nói thêm vào những điều đã nói trước đó.

Lesson
33 **〜て あります**　Have 〜
V着
Đã 〜 sẵn

さくらさん、いつ、こっちに 来ますか。わたしは 9月5日ごろ、日本に もどりますが、それまでは だいじょうぶです。

❶「アオザイを 着て、いっしょに 町を 歩きましょう。」と よく 話しましたね。アオザイは もう 買って あります。わたしの お母さんが 「さくらさんに プレゼントしましょう。」と 言いましたから、二人で 買いに 行きました。色は ピンクです。さくらさんの すきな 色です。わたしは 青いのを よく 着ます。いっしょに ハノイの 町を 歩きましょうね。❷おいしい 食べものも たくさん ありますから、いろいろ 食べましょう。じゃ、また、メールを ください。

❶ *Sakura-san, itsu kocchi ni kimasu ka? Watashi wa kugatsu itsuka goro, Nihon ni modorimasu ga, soremade wa daijōbu desu.*

"Aozai o kite, issho ni machi o arukimashō." to yoku hanashimashita ne. Aozai wa mō katte arimasu. Watashi no okāsan ga "Sakura-san ni purezento shimashō." to īmashita kara, futari de kai ni ikimashita. Iro wa pinku desu. Sakura-san no sukina iro desu. Watashi wa aoi no o yoku kimasu. Issho ni Hanoi no machi o arukimashō ne. Oishī tabemono mo takusan arimasu kara, iroiro tabemashō. Ja, mata, mēru o kudasai.

Vocabulary

☐ だいじょうぶ（な）　*daijōbu(na)*：okay／没问题／được, không có vấn để gì

☐ アオザイ　*aozai*：ao dai (A Vietnamese national costume)／越式旗袍（越南民族服装）／áo dài (trang phục truyền thống của Việt Nam)

☐ よく　*yoku*：often／经常／thường xuyên, hay

☐ プレゼント　*purezento*：purezento: present／礼物／quà tặng

☐ いろ　*iro*：color／颜色／màu sắc

☐ ピンク　*pinku*：pink／粉色／màu hồng

☐ ハノイ　*Hanoi*：Hanoi (A location in Vietnam)／河内（越南地名）／Hà Nội (địa danh Việt Nam)

☐ いろいろ　*iroiro*：various／各种各样／nhiều loài

☐ じゃ　*ja*：then; in that case／那／vậy

☐ また　*mata*：again／再次／lần nữa

🔑 〜て あります　Have 〜／Ⅴ着／đã 〜 sẵn

Ⓔ When placing 「あります」 after the *te*-form of a verb, such as in 「買って あります」, this expresses a condition that has arisen as the result of an action. This expresses "This has come about as a result of a purchase."

Ⓒ 是「買って あります」动词的「て形」附加「あります」的表现，表示作为动作结果的状态。表示「作为买的结果而存在」。

Ⓥ Dạng kết hợp động từ thể TE và 「あります」, giống như 「買って あります」, biểu thị một trạng thái xảy ra sau kết quả của hành động. Biểu thị "kết quả mua là có cái đó sẵn".

> **EX1** バターは、テーブルの 上に 出して あります。
> （The butter has been put out on the table.／黄油拿出来放在桌子上了。／Bơ thì đã có trên bàn sẵn rồi.）
>
> **EX2** しんぶんに その 話が 書いて あります。
> （That has been written about in the paper.／报纸上写着那条消息。／Câu chuyện đó đã được viết trên báo.）

🔍 Focus on the Structure

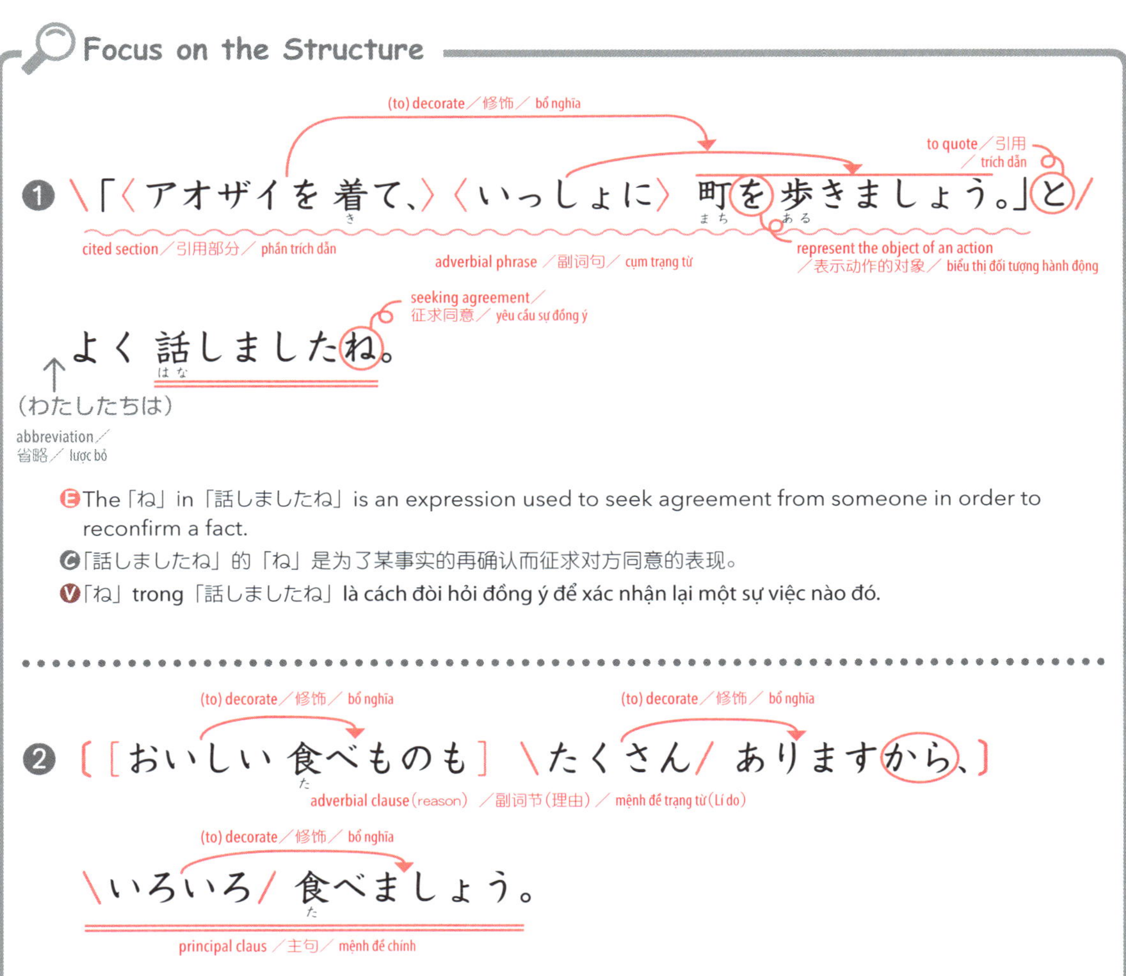

Ⓔ The 「ね」 in 「話しましたね」 is an expression used to seek agreement from someone in order to reconfirm a fact.

Ⓒ 「話しましたね」的「ね」是为了某事实的再确认而征求对方同意的表现。

Ⓥ 「ね」 trong 「話しましたね」 là cách đòi hỏi đồng ý để xác nhận lại một sự việc nào đó.

Lesson 34　〜て います

Is ~ing
V着
Đang ～

　1週間 前に 母から てがみが 来ました。❶ふうとうの 中には、てがみと しゃしんが 入って いました。てがみは 3まいで、弟や 妹など、かぞくの 話が 書いて ありました。しゃしんは 2まい ありました。❷1まいは 父と 母が りょこうに 行った ときの しゃしんで、もう 1まいは 家の サクラの しゃしんです。かぞくの みんなが げんきで、よかったです。わたしも すぐ てがみを 書きたかったですが、まだ 書いて いません。今週、テストが あって 時間が なかったからです。今夜は もう 時間が ないから、あした、大学から 帰った あとに 書きます。

Isshūkan mae ni haha kara tegami ga kimashita. Fūtō no naka niwa, tegami to shashin ga haitte imashita. Tegami wa san-mai de, otōto ya imōto nado, kazoku no hanashi ga kaite arimashita. Shashin wa ni-mai arimashita. Ichi-mai wa chichi to haha ga ryokō ni itta toki no shashin de, mō ichi-mai wa ie no sakura no shashin desu. Kazoku no minna ga genki de, yokatta desu. Watashi mo sugu tegami o kakitakattadesu ga, mada kaite imasen. Konshū, tesuto ga atte jikan ga nakatta kara desu. Kon'ya wa mō jikan ga naikara, ashita, daigaku kara kaetta ato ni kakimasu.

Vocabulary

□ てがみ　*tegami*：letter／信／thư

□ ふうとう　*fūtō*：envelope／信封／phong bì

□ 弟　*otōto*：little brother／弟弟／em trai

□ 妹　*imōto*：little sister／妹妹／em gái

□ しゃしん　*shashin*：photograph／照片／ảnh

□ りょこう　*ryokō*：trip／旅行／du lịch

□ へんじ　*henji*：reply／回信／trả lời

🔑 〜て います　Is 〜 ing／V着／đang 〜

E「〜て います」expresses that the result of a change or a state is continuing.

C「〜て います」是表示某变化结果状态的持续。

V「〜て います」biểu thị việc tiếp diễn một trạng thái là kết quả của sự thay đổi.

EX1 まどが しまっ**て います**。〔The window is closed.／窗户关着。／Cửa sổ đang được đóng lại.〕

EX2 妹は ね**て います**。〔My little sister is sleeping.／妹妹睡着。／Em gái tôi đang ngủ.〕
いもうと

🔍 Focus on the Structure

N₁ の N₂　　　　　　　Vて います
❶ ＼ふうとうの 中には、／てがみと しゃしんが 入っ**て いました**。
　　　　　なか　　　　　　　　　　　　　　　　　　　　　　　　はい
adverbial phrase about place／
场所的副词句／cụm trạng từ chỉ địa điểm
S - V

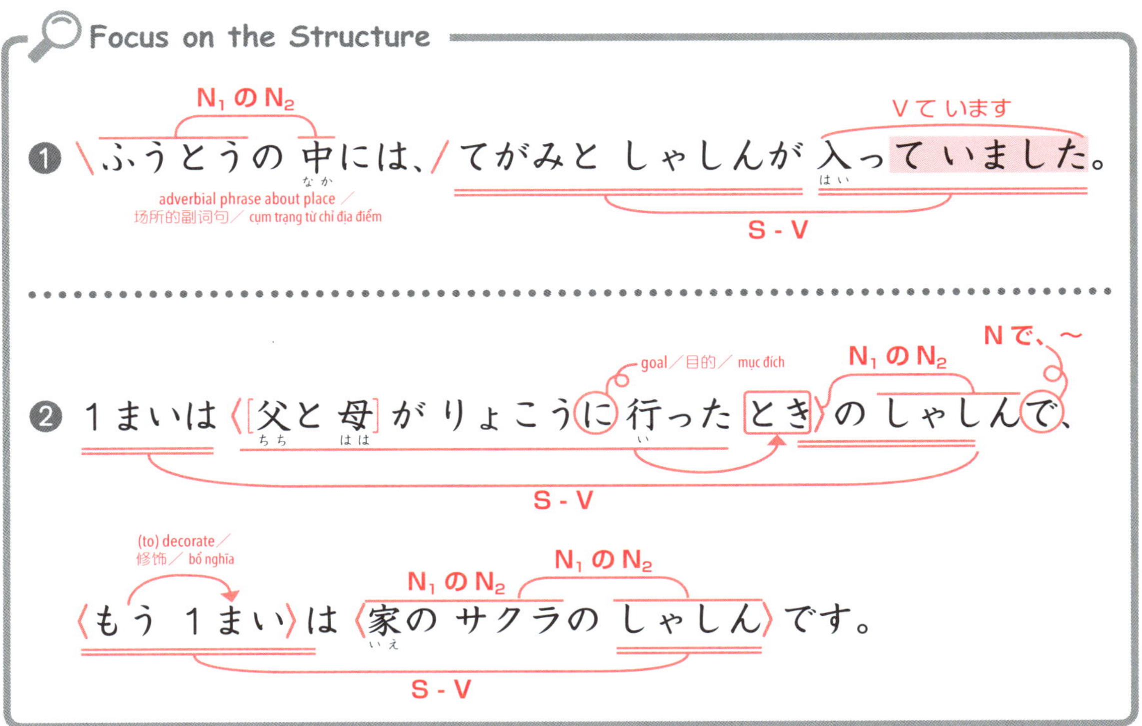

❷ 1まいは〈[父と 母]が りょこうに 行った とき〉の しゃしんで、
　　　　　　ちち　はは　　　　　　　　　い
goal／目的／mục đích　　N₁ の N₂　　Nで、〜
S - V

(to) decorate／
修饰／bổ nghĩa
　　　　　　　　　　N₁ の N₂　　N₁ の N₂
〈もう 1まい〉は〈家の サクラの しゃしん〉です。
　　　　　　　　　　いえ
S - V

Lesson

35 かた、どなた

Individual, who
位 , 哪位
Người, ai

　きのう、さくらさんの 家に あそびに 行きました。わたしは ときどき かのじょの 家に 行きますから、かのじょの かぞくは みんな、知って います。❶でも、きのうは 知らない 人が いましたから、「あの かたは どなたですか。」と 聞きました。その 人は、かのじょの 妹の ピアノの 先生でした。❷さくらさんは「かのじょは まだ おんがく大学の 学生で、わかいです。わたしたちと おなじくらいの 年です。でも、いつも げんきで、おもしろくて、いい 先生です。」と 言いました。5分後 くらいに れんしゅう が はじまりました。

Kinō, Sakura-san no ie ni asobi ni ikimashita. Watashi wa tokidoki kanojo no ie ni ikimasu kara, kanojo no kazoku wa minna shitte imasu. ❶ Demo, kinō wa shiranai hito ga imashita kara, "Ano kata wa donata desu ka?" to kikimashita. Sono hito wa, kanojo no imōto no piano no sensē deshita. ❷ Sakura-san wa "Kanojo wa mada ongaku daigaku no gakusē de, wakai desu. Watashitachi to onaji kurai no toshi desu. Demo, itsumo genki de, omoshirokute, ī sensē desu." to īmashita. Go-fun go kurai ni renshū ga hajimarimashita.

Vocabulary

- [ ] ときどき　*tokidoki*：sometimes／经常／thỉnh thoảng
- [ ] かた　*kata*：individual／位／người, vị
- [ ] どなた　*donata*：who／哪位／ai
- [ ] ピアノ　*piano*：piano／钢琴／đàn piano
- [ ] わかい　*wakai*：young／年轻／trẻ
- [ ] おなじ　*onaji*：same／一样／bằng
- [ ] 年　*toshi*：age; year／年龄／tuổi
- [ ] れんしゅう　*renshū*：practice／练习／luyện tập

🔑 かた　Individual／位／người, vị

E A polite way to say 「人」 or other words that represent a person.
C 表示对「人」的尊敬说法。
V Là cách nói lịch sự của 「人」.

EX 女の かた（←女の 人）、おりる かた（←おりる 人）、学生の かた（←学生）

どなた Who／哪位／ai

E A polite way to say 「だれ」.
C 是「だれ」的敬语。
V Là cách nói lịch sự của 「だれ」.

EX1 どなたに 会いますか。（←だれに会いますか。）
(Who will you be meeting?／您找哪位？／Bạn sẽ gặp ai vậy?)

EX2 これは どなたの おにもつですか。 (Whose belongings are these?／这是哪位的行李？／Đây là hành lý của ai vậy?)

🔍 Focus on the Structure

Conjunctions／接续词／Liên từ

adverbial phrase about time／时间的副词句／cụm trạng từ chỉ thời gian

adverbial clause（reason）／副词节（理由）／mệnh đề trạng từ (Lí do)

❶ 《でも》、＼きのうは／〔知らない 人 が いましたから、〕

〈どのように〉

to quote／引用／trích dẫn

〈「あの かたは どなたですか。」と 〉 聞きました。

N₁ の N₂　～Nで、～

❷ さくらさんは〔「かのじょは ＼まだ／ おんがく大学の 学生で、

subject／主语／chủ ngữ　　cited section／引用部分／phần trích dẫn

(to) decorate／修饰／bổ nghĩa

わかいです。〈〔わたしたちと おなじくらい〕の 年〉 です。

NA で　　　　　A くて

でも、〈いつも げんきで、〉〈おもしろくて、〉

〈いい 先生〉 です。」〕と 言いました。

predicate／谓语／vị ngữ

Lesson
36 〜と 聞きます
I asked 〜
问〜
Hỏi rằng 〜

　きのう、田中さんの 会社を 見に 行きました。大きな へやに おおぜいの 人が いました。とても しずかで、話は あまり しません。でも、みんな いそがしく はたらいていました。田中さん は しごとを やめて、わたしと 外に 出ました。そして、少し 早く お昼ごはんを 食べました。田中さんは「12時から 人が 多く なりますからね。」と 言いました。食べながら、いろいろな 話を しました。❶わたしは 田中さんに「しごとは たのしいですか。」と 聞きました。❷田中さんは「はじめは 何も わからなくて たいへんでした。今も らくでは ありません。でも、すきな しごとですから、たのしいですよ。」と 言いました。

Kinō, Tanaka-san no kaisha o mi ni ikimashita. Ōkina heya ni ōzē no hito ga imashita. Totemo shizuka de, hanashi wa amari shimasen. Demo, minna isogashiku hataraite imashita. Tanaka-san wa shigoto o yamete, watashi to soto ni demashita. Soshite, sukoshi hayaku o-hirugohan o tabemashita. Tanaka-san wa "Jūni-ji kara hito ga ōku narimasu kara ne." to īmashita. Tabenagara, iroirona hanashi o shimashita. ❶ Watashi wa Tanaka-san ni "Shigoto wa tanoshī desu ka?" to kikimashita. ❷ Tanaka-san wa "Hajime wa nani mo wakaranakute taihen deshita. Ima mo raku dehaarimasen. Demo, sukina shigoto desukara, tanoshī desu yo." to īmashita.

Vocabulary

□ 大きな　*ōkna*：large／大的／to

□ おおぜい　*ōzē*：large crowd／很多人／nhiều, đông

□ しずか（な）　*shizuka (na)*：quiet／安静／yên tĩnh, yên lặng

□ はたらきます　*hatarakimasu*：work／干活儿／làm việc

□ やめます　*yamemasu*：quit／停止／thôi, bỏ

□ 外　*soto*：outside／外边／ngoài

□ たのしい　*tanoshī*：fun／愉快／vui

□ はじめ　*hajime*：beginning／开始／ban đầu

□ たいへん（な）　*taihen (na)*：difficult; tough／辛苦／vất vả

□ すき（な）　*suki (na)*：like; enjoy／喜欢／thích

♂ **〜と 聞きます**　I asked〜／问〜／hỏi rằng〜

Ⓔ An expression to indicate what is specifically asked by a question.

Ⓒ 表示提问的具体内容的直接引用。

Ⓥ Là cách nói trực tiếp nội dung cụ thể của câu hỏi.

EX1 ▶ お店の 人に 「もっと 安いのは ありませんか。」と 聞きました。
（I asked the person from the store, "Do you have a cheaper one?"／我问店里人"没有再便宜点儿的吗？"／Tôi đã hỏi nhân viên của hàng là "Có cái nào rẻ hơn không?"）

EX2 ▶ 先生に 「どうして、これは だめですか。」と 聞きました。
（I asked sensei, "Why is this no good?"／我问老师"为什么不行呢？"／Tôi đã hỏi giáo viên là "Tại sao câu này lại không được?"）

🔑 文＋よ

🇪 An expression used to address someone in order to call their attention to something and convey information or feelings.

🇨 是提醒对方注意，向对方传达情报等的表现。

🇻 Là cách kêu gọi chú ý để truyền đạt thông tin hoặc cảm nghĩ.

EX1 ▶ 見て ください。ゆきが ふって きましたよ。
（Please look. It's starting to snow.／你看，下雪了！／Bạn hãy nhìn. Tuyết rơi rồi đấy.）

EX2 ▶ またですか!?　忘れないで くださいよ。
（Again?! Please don't forget.／别忘了！！／Lại thế hả? Đừng quên mà.）

🔍 Focus on the Structure

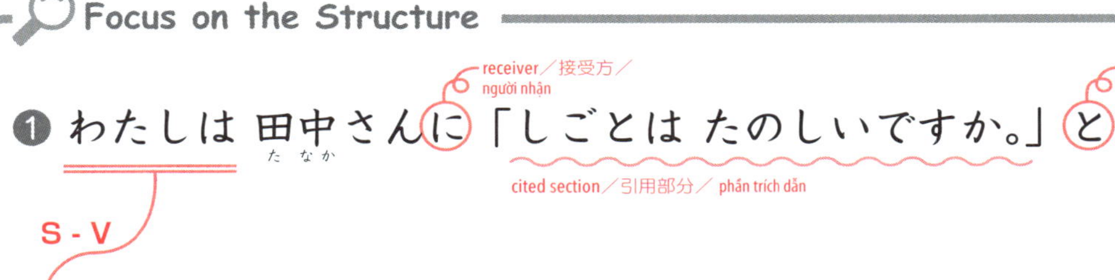

Lesson

37 どれくらい

About how much
多少、多长时间
Bao nhiêu

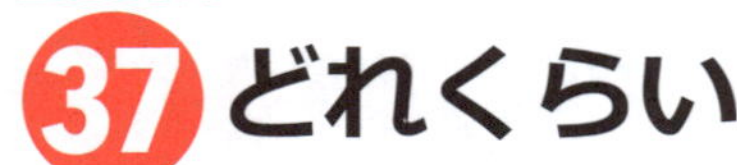

　きょう、学校から 帰るとき、みんなで きっさてんに 行きました。わたしと カルロスさんが コーヒーを 飲みました。❶わたしは いつも 何も 入れませんが、カルロスさんは あまくして 飲みます。❷カルロスさんが さとうを たくさん 入れましたから、さくらさんが「たくさん 入れる んですね。いつも、どれくらい さとうを 入れる んですか。」と 聞きました。カルロスさんは、「スプーン 3ばいか 4はいですね。」と 言いました。それを 聞いて、みんなが「からだに よくないですよ。」「びょうきに なりますよ。」と、言いました。カルロスさんは「わかりました。 はんぶんに します。」と、小さい こえ で 言いました。

Kyō, gakkō kara kaeru toki, minna de kissaten ni ikimashita. Watashi to Karurosu-san ga kōhī o nomimashita. Watashi wa itsumo nani mo iremasen ga, Karurosu-san wa amaku shite nomimasu. Karurosu-san ga satō o takusan iremashita kara, Sakura-san ga "Takusan ireru n desu ne. Itsumo dorekurai satō o ireru n desu ka? " to kikimashita. Karurosu-san wa, "Supūn san-bai ka yon-hai desu ne." to īmashita. Sore o kite, minna ga "Karada ni yoku nai desu yo." "Byōki ni narimasu yo." Tto īmashita. Karurosu-san wa"Wakarimashita. Hanbun ni shimasu." to, chīsai koe de īmashita.

Vocabulary

□ きっさてん　*kissaten*：cafe／咖啡店／ quán nước	□ 〜はい　〜 *hai*：(counter for cupfuls)／(容器装满)／〜 thìa/cốc/bát..
□ あまい　*amai*：sweet／甜／ngọt	□ からだ　*karada*：body／身体／ cơ thể (hàm ý sức khoẻ)
□ さとう　*satō*：sugar／糖／đường	□ びょうき　*byōki*：sick／病／ bệnh
□ たくさん　*takusan*：lots／很多／nhiều	□ はんぶん　*hanbun*：half／一半／ nửa
□ スプーン　*supūn*：spoon／勺／ thìa	

🗝 Aくします

E Represents the changing or adjustment of a given condition.
C 表示改变或调整成某种状态。
V Biểu thị việc chuyển sang một trại thái nào đó hoặc điều chính lại trạng thái.

EX1▶ にもつを かる**くします**。　(I will make my bags lighter.／把行李再减少一些。／ Bớt hành lý cho nhẹ.)

EX2▶ ねる 時間を 少し はや**くします**。　(I will go to bed a little earlier.／把睡觉时间再调早点儿。／ Tôi sẽ ngủ sớm hơn.)

🔑 〜んです

Ⓔ An expression used to explain a state of affairs.　Ⓒ 是表示说明情况的表现。
Ⓥ Là cách giải thích sự tình.

> **EX1** すみません、知らなかった**んです**。（I'm sorry, I didn't know.／对不起，我不知道。／Xin lỗi, tôi đã không biết.）

> **EX2** 安くて、おいしい**んです**よ。（It's cheap and tasty.／又便宜又好吃。／Vừa rẻ vừa ngon đấy.）

🔑 どれくらい　About how much／多少、多长时间／bao nhiêu

Ⓔ An interrogative that expresses degree that is used in interrogative sentences.
Ⓒ 表示程度的疑问词，用于疑问句。
Ⓥ Là từ nghi vấn chỉ mức độ được sử dụng trong câu nghi vấn.

> **EX1** いま、お金は **どれくらい** 持って いますか。
> （About how much money do you have with you right now?／你现在有多少钱？　／Bây giờ bạn có khoảng bao nhiêu tiền?）

> **EX2** **どれくらい** れんしゅうしましたか。（About how much did you practice?／你练习了多长时间？／Bạn đã luyện tập bao nhiêu?）

🔑 Nにします

Ⓔ Expresses that something changes into a certain state.
Ⓒ 表示变成某种状态。
Ⓥ Biểu thị sự thay đổi sang một trạng thái nào đó.

> **EX1** この イチゴは ぜんぶ、ジャム**に します**。
> （These strawberries will all become jam.／这些草莓都做成果酱。　／Những quả dâu này thì tôi sẽ nấu hết thành mứt dẻo.）

> **EX2** この 話を うた**に しました**。（I made this story into a song.／把这段话编成歌儿。　／Đã lấy câu chuyện này tạo bài hát.）

🔍 Focus on the Structure

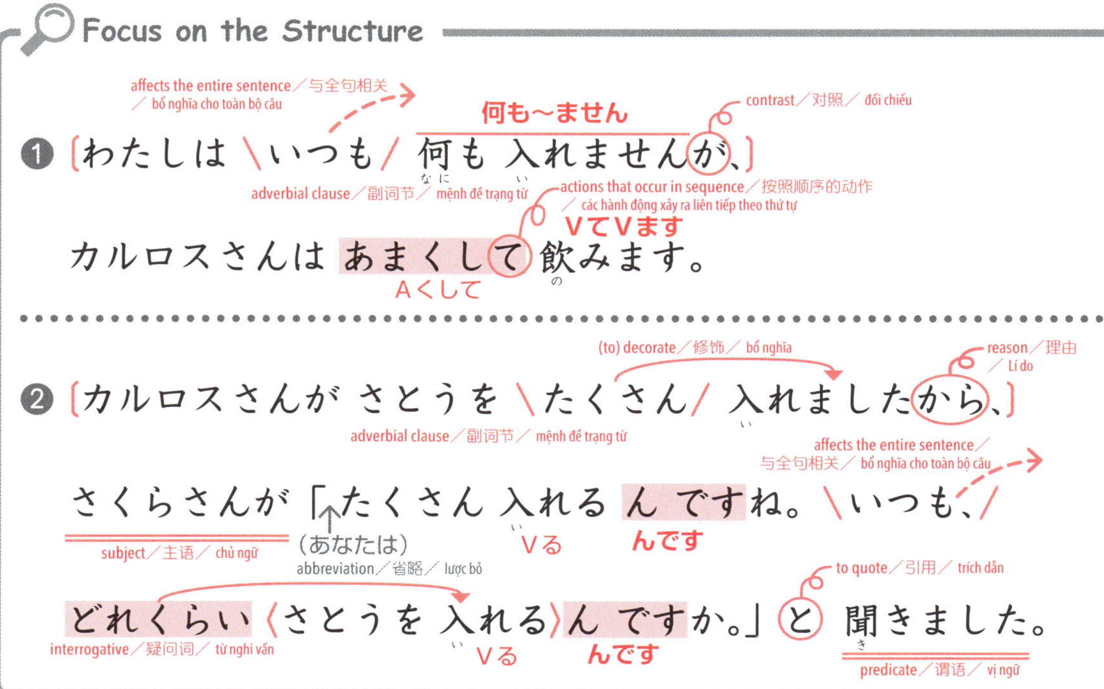

Lesson

38 ～という N

A N called ～
称作～的N
N gọi là ～

　　わたしの 家には イヌが １ぴき います。❶クロ という なまえ
の 男の子です。クロは いつも げんきで、さんぽが 大すきです。
だれかが 出かける とき、すぐに げんかんまで はしって 来ます。
家に のこる ときは、小さく「クーン」と なきます。これは クロの
ことばでしょう。ぼくも いっしょに 行きたい……。そう 言って
います。クロは いつも、わたしたちの そばに います。そして、
わたしたちが 何も 言わない ときも、クロは わたしたちを 見て、
何かを しります。❷たとえば、わたしたちが げんきが ないとき、
クロも それを 見て、げんきが なくなります。それは、クロが わ
たしたちの かぞくだからです。

Watashi no ie niwa inu ga 1-ppiki imasu. ❶ *Kuro toiu namae no otoko-no-ko desu. Kuro wa itsumo genki de, sanpo ga daisuki desu. Dareka ga dekakeru toki, sugu ni genkan made hashitte kimasu. Ie ni nokoru toki wa, chīsaku "kūn" to nakimasu. Kore wa Kuro no kotoba deshō. Boku mo issho ni ikitai…. Sō itte imasu. Kuro wa itsumo, watashitachi no soba ni imasu. Soshite, watashitachi ga nani mo iwanai toki mo, Kuro wa watashitachi o mite, nanika o shirimasu.* ❶ *Tatoeba, watashitachi ga genki ga nai toki, Kuro mo sore o mite, genki ga nakunarimasu. Sore wa, Kuro ga watashitachi no k*

Vocabulary

☐ イヌ　*inu*：dog／狗／ con chó

☐ 男の子　*otoko no ko*：boy／公的／ con trai, đực

☐ すぐに　*sugu ni*：immediately／马上／ ngay

☐ げんかん　*genkan*：entry way／门口／ cửa ra vào

☐ のこります　*nokorimasu*：stay behind／留下／ ở lại, còn lại

☐ なきます　*nakimasu*：to make sound／叫／ kêu

☐ たとえば　*tatoeba*：for example／比如／ ví dụ

🔑 ～という N A N called～／称作～的 N／ N gọi là ～

E An expression indicating a name or way to call something.

C 是表示名字或称呼的表现。

V Là cách nói tên hoặc cách gọi.

EX1 「一番」と いう ラーメン屋 （A ramen store called「一番」／一个叫「一番」的拉面店／quán mì ramen gọi là「一番」）

EX2 青木さんと いう 女の人から 電話が ありました。
（There was a call from a woman named Aoki-san.／一个叫青木的女的打来了电话。／Có cuộc gọi điện từ một người phụ nữ tên là Aoki.）

🔑 ～たち

E Placed after a noun that represents a living creature to express that there are more than one of them.

C 附加在表示生物（人或动物）的名词后，表示复数。

V Thêm sau danh từ chỉ sinh vật để biểu thị số nhiều.

EX 子どもたち（Children／孩子们／lũ trẻ）　　　　せいとたち（students／学生们／lũ học trò）
どうぶつたち（animals／动物们／lũ động vật）

🔍 Focus on the Structure

N₁ の N₂

❶ ⟨クロと いう なまえの 男の子⟩ です

(to) decorate／修饰／bổ nghĩa

（その イヌは）
abbreviation／省略／lược bỏ

Conjunctions／接续词／Liên từ

❷ 《たとえば、》［わたしたちが ⟨げんきが ない⟩ とき、］

the state of ～／～的样子／tình hình của ～

conditional clause／条件节／mệnh đề điều kiện

(to) decorate／修饰／bổ nghĩa

cause or reason／原因或理由／nghuyên nhân và lý do

A くなる

クロも それを 見て、げんきが なくなります。

Principal clause／主句／mệnh đề chính

E 「それ」 indicates the state of 「わたしたちが げんきが ない（When we aren't feeling energetic）」.

C 「それ」 是指 「わたしたちが げんきがない」 的样子。

V 「それ」 ở đây chỉ tình hình 「わたしたちが げんきがない（chúng tôi không được khoẻ）」.

Lesson
39 名詞修飾（Nの A）
めい し しゅうしょく

Noun modifier（Nの A）
名词修饰（Nの A）
Bổ nghĩa cho danh từ（NのA）

　　きょう、大学に コスタと いう 女の人が 来ました。❶とても せの 高い 人でしたが、こえの かわいい 人でした。❷コスタさんは 日本語で「青木先生は いらっしゃいますか。」と、わたしたちに 聞きました。その とき、青木先生は いませんでしたから、わたしと ワンさんが 少し 話を しました。コスタさんも、この 大学の 留学生でした。10年前に ブラジルから 日本に 来て、4年間、日本語を べんきょうして、そのあと 2年間、日本語の 先生に なる べんきょうを しました。それから 国に 帰って、日本語の 先生に なりました。きのう、かぞくと いっしょに 日本に 来て、25日まで 日本に います。

Kyō, daigaku ni Kosuta toiu onna-no-hito ga kimashita. ❶ Totemo se-no-takai hito deshitaga, koe no kawaī hito deshita. ❷ Kosuta-san wa Nihongo de " Aoki sensē wa irasshaimasu ka?" to, watashitachi ni kikimashita. Sonotoki, Aoki sensē wa imasendeshita kara, watashi to Wan-san ga sukoshi hanashi o shimashita. Kosuta-san mo, kono daigaku no ryūgakusē deshita. Jū-nen mae ni Buraziru kara Nihon ni kite, yo-nenkan,Nihongo o benkyōshite, sonoato ni-nenkan, Nihongo no sensē ni naru benkyō o shimashita. Sorekara kuni ni kaette, Nihongo no sense ni narimashita. Kinō, kazoku to issho ni Nihon ni kite, nijūgo-nichi made Nihon ni imasu.

Vocabulary

☐ 女の人　*onna-no-hito*：woman／女人／phụ nữ

☐ せ　*se/sē*：height／个子／chiều cao

☐ 高い　*takai*：tall／高／cao

☐ こえ　*koe*：voice／声音／giọng nói

☐ かわいい　*kawaī*：cute／可爱／dễ thương

☐ いらっしゃいます　*irasshaimasu*：present／（"在"的敬语）／có, ở

☐ りゅうがくせい　*ryūgakusē*：exchange student／留学／lưu học sinh

☐ ブラジル　*Buraziru*：Brazil／巴西／Braxin

🔑 名詞修飾（Nの A）
めい し しゅうしょく

Noun modifier（Nの A）／名词修饰（Nの A）／bổ nghĩa cho danh từ（Nの A）

Ⓔ A pattern where the section that modifies a noun takes the form「Nの A」. In this case,「の」can be「が」and it is the same.

Ⓒ 修饰名词的部分一般用「Nの A」的模式。这种场合的「の」相当于「が」。

Ⓥ Phần bổ nghĩa cho danh từ được thể hiện bằng dạng「Nの A」. Trong trường hợp này,「の」có thể thay thế bằng「が」.

EX1 ▶ あの こえの 大きい 人は だれですか。
　　　　　　　　　　おお　　ひと
（Who is that person with the loud voice?／那个说话声音很大的人是谁？／Người có giọng nói to lớn kia là ai vậy?）

EX2 ▶ 天気の いい 日に 行きましょう。
　　　てん き　　　　　ひ　い
（Let's go on a day with nice weather.／好天时去吧。／Đi vào một ngày nào đó trời đẹp đi nhé.）

🔍 Focus on the Structure

❶ 〈 ＼ とても／ NのA せの 高い 人 〉 でしたが、
　　　　　　　　　　　　たか　　ひと

〈 NのA こえの かわいい 人 〉 でした。
　　　　　　　　　　　　ひと

Ⓔ In this case「声の かわいい 人でした」(She was a person with a cute voice) is replaced with「声が かわいかったです（(Her voice was cute)）」.

Ⓒ 这里的「声の かわいい 人でした」可以与「声が かわいかったです」相替换。

Ⓥ Ở đây「声の かわいい 人でした (là một người có giọng nói dễ thương)」có thể thay thế bằng「声がかわいかったです (giọng nói của chị ấy rất dễ thương)」.

❷ コスタさんは
subject／主语／chủ ngữ

〈 ＼ 日本語で 「青木先生は いらっしゃいますか。」と、〉
　　　 にほんご　　 あおき せんせい
means; tool／手段・工具／phương pháp, phương tiện
cited section／引用部分／phần trích dẫn
〈どのように〉
to quote／引用／trích dẫn

〈 わたしたちに 〉 聞きました。
　　　　　　　　　　 き
〈だれに〉
multiple／复数／số nhiều
predicate／谓语／vị ngữ

113

Lesson 40　名詞修飾（Nの V）
めいし しゅうしょく

Noun modifier（Nの V）
名词修饰（Nの V）
Bổ nghĩa cho danh từ（Nの V）

　　きょう、わたしの へやで パーティーを しました。クラスの 友だちが ６人 来て、とても にぎやかに なりました。❶わたしは りょうりが できませんが、本を 見ながら、作りました。母にも 作り方を 聞いて、国の りょうりも はじめて 作りました。みんな、「おいしいですよ。」と 言いましたが、「これ、ぜんぶ じぶんで 作った ん ですか。」と 聞く 人も いました。わたしは 「いつも 作っている りょうりだけです （ほんとうは、きょうが はじめて です）。ほかの りょうりは 知らない ん です。」と 言いました。その 人は 「そうですか。でも、お国の りょうりは ほんとうに おいしいですね。」と 言いました。❷わたしは 「はい。母の つくる りょうりが せかいで 一ばんです。」と 言いました。

Kyō, watashi no heya de pāthī o shimashita. Kurasu no tomodachi ga roku-nin kite, totemo nigiyaka ni narimashita. Watashi wa ryōri ga dekimasen ga, hon o minagara, tsukurimashita. Haha nimo kite, kuni no ryōri mo hajimete tsukurimashita. Minna, "Oishī desu yo." to īmashita ga, "Kore, zenbu jibun de tsukutta n desu ka?" to kiku hito mo imashita. Watashi wa "Itsumo tsukutteiru ryōri dake desu (Hontō wa, kyō ga hajimete desu.). Hoka no ryōri wa shiranai n desu." to īmashita. Sono hito wa "Sō desu ka. Demo, o-kuni no ryōri wa hontō ni oishī desu ne." to īmashita. Watashi wa "Hai. Haha no tsukuru ryōri ga sekai de ichiban desu." to īmashita.

Vocabulary

- □ クラス　*kurasu*：class／班／lớp học
- □ にぎやか（な）　*nigiyaka (na)*：lively／热闹／náo nhiệt
- □ できます［〜が］　*dekimasu*：to be able to do／会∨／có thể
- □ はじめて　*hajimete*：first time／第一次／lần đầu tiên
- □ 作ります　*tsukurimasu*：make; create／做／làm
- □ ほんとう　*hontō*：truly／真的／thật
- □ ほかの　*hokano*：other／别的／khác
- □ せかい　*sekai*：world／世界／thế giới

🔑 〜かた　way of 〜／〜方法／cách 〜

E Uses the「Ｖます＋かた」form to represent a method or way of doing things.

C 是「Ｖます＋かた」形，表示「做法、方法」。

V「Ｖます＋かた」biểu thị "cách làm, phương pháp".

EX▶ 学校への 行きかたを 教えてください。
がっこう　　　い　　　　　　おし

（Please teach me how to get to school.／请告诉我去学校怎么走。／Làm ơn chỉ cách đến trường cho tôi.）

🔑 名詞修飾（Nの V）
めい　し　しゅうしょく

Noun Modifier（Nの V）／名词修饰（Nの V）／bổ nghĩa cho danh từ（Nの V）

ⓔ「母が つくる 料理 ((Food made by my mother))」can also be said using「母の つくった 料理」.

ⓒ与「母が つくる 料理」相同的意思说「母の つくった 料理」。

ⓥ「母の つくった 料理」cùng một ý nghĩa với「母が つくる 料理 (món ăn mà mẹ tôi nấu)」.

> **EX1** 田中さんの かいた えは きれいです。
> 　　　　たなか
> （The picture Tanaka-san drew is pretty.／田中画的画儿很漂亮。／Bức tranh do bạn Tanaka vẽ thật đẹp.）
>
> **EX2** わたしの 知っている 店は この 近くに あります。
> 　　　　　　　し　　　　　みせ　　　　　　ちか
> （A store I know is near here.／我知道的店在这儿附近。／Có cửa hàng mà tôi biết ở gần đây.）

🔍 Focus on the Structure

❶

〜が できます

［わたしは りょうりが できませんが、］

adverbial clause（compromise）／副词节（让步）／mệnh đề trạng từ（nhượng bộ）

Vながら

＼本を 見ながら、／ 作りました。
　　ほん　み　　　　　　　　つく

principal claus／主句／mệnh đề chính

ⓔ「が」indicates the target of「りょうりが できません」. Other forms include「〜が Vたいです」「〜が ほしいです」「〜が すきです」.

ⓒ「りょうりが できません」是用「が」来表示对象的句型。除此之外还有「〜が Vたいです」「〜が ほしいです」「〜が すきです」等。

ⓥTrong「りょうりが できません」thì đối tượng được thể hiện bằng「が」. Ngoài ra cũng có「〜が Vたいです」「〜が ほしいです」「〜が すきです」.

❷ わたしは「はい。〈母の 作る りょうり〉が
　　　　　　　　　　　　はは　つく

NのV

S - V

to quote／引用／trích dẫn

＼せかいで／ 一ばんです。」と 言いました。
　　　　　　　　いち　　　　　　　　　い

standards / conditions / extent／标准、条件、范围／ tiêu chuẩn, điều kiện, phạm vi

ふくしゅう　§4 (Lesson 31-40)

I　つぎの　❶〜❻の　＿＿＿に　合う　ものを　a〜gの　中から　えらんで、文を　つくりましょう。

Choose what best goes in blanks ❶〜❻ from a〜g to create a sentence.
请从 a〜g 中选择适合下面❶〜❻的 ____ 进行造句。
Chọn một từ hoặc một cụm từ trong a〜g để điền vào chỗ ____ trong câu ❶〜❻ và hoàn thành câu.

❶　おいしい　食べものも　たくさん　ありますから ＿＿＿＿＿＿＿＿＿＿＿＿＿＿＿。

❷　さくらさんの　アオザイは、もう　＿＿＿＿＿＿＿＿＿＿＿＿＿＿＿＿。

❸　今の　パソコンは　もう　古くなりましたから ＿＿＿＿＿＿＿＿＿＿＿＿＿＿。

❹　きょうは　もう、時間がないですから、てがみは　あした　＿＿＿＿＿＿＿＿＿＿＿。

❺　クラスの　友だちが　6人　来て、＿＿＿＿＿＿＿＿＿＿＿＿＿。

❻　いくつか　いいのが　ありました。でも、＿＿＿＿＿＿＿＿＿＿＿＿＿。

a．新しい　パソコンが　ほしいです
b．はじめて　つくりました
c．とても　にぎやかに　なりました
d．いろいろ　食べましょう
e．買って　あります
f．帰ってから　書きます
g．ほしいのは　高かったです

II　（　　）の　中に　入れる　ことばを　a〜dから　えらびましょう。

Choose words to put in (　　) from a〜d.
请从 a〜d 中选择正确的词语填入(　　)内。
Chọn một từ hoặc một cụm từ trong a〜d để điền vào chỗ(　　).

❶　知らない　人が　いましたから、「あの　かたは　（　　　）ですか。」と　さくらさんに　聞きました。

a．だれ　　　　　b．どなた　　　　　c．どの　かた　　　　d．どちら

❷　だれかが　出かける　とき、クロは　げんかんまで　（　　　）来ます。

a．入って　　　　　b．はしって　　　　　c．見て　　　　　d．見ながら

❸ 田中さんは「すきな しごとですから、（　　　）ですよ。」と 言いました。

  a．たいへん　　　　b．たのしい　　　　c．たしか　　　　d．たぶん

❹ 母の つくる りょうりは せかい（　　　）一ばんです。

  a．の　　　　　　　b．に　　　　　　　c．で　　　　　　　d．から

❺ いっしょに ハノイの まち（　　　）歩きましょう。

  a．で　　　　　　　b．を　　　　　　　c．から　　　　　　d．に

❻ かのじょは わたしたち（　　　）おなじ くらいの 年です。

  a．で　　　　　　　b．より　　　　　　c．に　　　　　　　d．と

Ⅲ つぎの ❶〜❻の ______に 合う ものを a〜gの 中から えらんで、文を つくりましょう。

Choose what matches the following ____ marks ❶〜❻ from a〜g to create a sentence.
请从a〜g中选择适合下面❶〜❻的 ____ 进行造句。
Chọn một cụm từ trong a〜g để điền vào chỗ ____ trong câu ❶〜❻ và hoàn thành câu.

❶ ___________________________ よかったです。

❷ ___________________________ おおぜいの 人が いました。

❸ ___________________________ 来てくださいませんか。

❹ ___________________________ こえの かわいい 人です。

❺ ___________________________ きょう、お店に 見に 行きました。

❻ ___________________________ スプーンに 2はい 入れます。

a．新しい パソコンが ほしいです。　　b．これから えきの ほんやに
c．わたしの すきな ふくは　　　　　　d．おおきな へやに
e．コーヒーを のむ とき、さとうを　　f．かぞくの みんなが げんきで
g．とても せの 高い 人ですが、

モデル文章の 訳
ぶんしょう　　やく

Model Sentence Translations
模式文章的翻译
Phần dịch của đoạn văn mẫu

Lesson 31

E ❶ My current computer is old, which is a little inconvenient. I've been using it for seven years now. ❷ I want a new computer. I went to the store to look at them today. ❸ There were a number of good ones. But the one I wanted is expensive. I will go and look again next week.

C ❶ 现在用的电脑已经旧了，有点儿不方便。用了已经 7 年了。 ❷ 想要一台新电脑。昨天去店里看了。 ❸有几个好的，不过我想要的都很贵。下周再去看一次。

V ❶ Máy tính đang dùng đã cũ, nên hơi bất tiện. Vì đã dùng nó 7 năm rồi mà. ❷ ôi muốn có một cái máy tính mới. Hôm nay tôi đã đi xem ở cửa hàng.❸ Có một vài cái tốt. Nhưng mà cái mà tôi muốn thì đắt quá. Tuần sau tôi sẽ lại đi xem thêm một lần nữa.

Lesson 32

E Tanaka-sensei

❶ I'm sorry, but could you please come to the station bookstore for next week's class party? Around 5 would be fine. Carlos-san or I will be there. We will go to the store together from the station. ❷ Additionally, are there any foods you do not like? Also, are there any drinks you like? Thank you.

C 田中先生／田中老师

❶对不起，下周的班级派对时，请您能不能到车站的书店来？ 5 点左右。我或卡尔罗斯在那等你，从车站一起去饭店。 ❷另外，您有没有忌口的？喝的喜欢什么？请多关照（请通知一下）。

V Thưa thầy Tanaka

❶ Em xin lỗi nhưng hôm liên hoan lớp vào tuần sau thầy có thể đến hiệu sách trước nhà ga có được không ạ? Thầy đến khoảng lúc 5 giờ thì được ạ. Em hoặc bạn Carlos sẽ ở đó. Và sẽ đi cùng từ nhà ga đến nhà hàng ạ. ❷ Và thầy ơi, thầy có không thích đồ ăn nào không ạ? Ngoài ra, đồ uống thì thầy thích đồ gì ạ? Em cám ơn ạ.

Lesson 33

E A week ago, a letter from my mother arrived. Inside the envelope was a letter and photographs. ❶ The letter was three pages long, and it talked about my family members, such as my little brother and little sister. There were two photographs. ❷ One was a photograph from when my Father and Mother went on a trip, and the other was a photograph of the cherry blossom tree at our home. I was glad that everyone in my family is doing well. I wanted to write a letter back right away, but I have not written it yet. I had a test this week, and I did not have time. I don't have time tonight, so I will write it after returning from university tomorrow.

C 一星期前妈妈来信了。❶信封里有信和照片。信有三张，介绍了爸爸、妹妹及家里人的近况。照片有两张。❷ 一张是爸爸和妈妈去旅行时的照片，另一张是我家院子里的樱花。家里人都好，我很高兴。我也想马上回信，可是还没写，因为这周有考试。今晚没时间了，明天从学校回来后再写。

V Một tuần trước tôi đã nhận được thư của mẹ. ❶ Trong phong bì có bức thư và tấm ảnh. Bức thư có 3 tờ, trong đó viết câu chuyện về gia đình như em trai, em gái. Còn ảnh thì có 2 tấm. ❷ Một tấm ảnh được chụp khi bố mẹ đi du lịch, một tấm còn lại là ảnh chụp cây hoa anh đào ở nhà. Thật tốt khi biết được cả gia đình đều khoẻ. Tôi đã muốn viết thư lại ngay nhưng chưa viết. Đó là vì tuần nay có kỳ thi nên tôi không có thời gian. Tối nay không còn thời gian nữa, ngày mai tôi sẽ viết sau khi đi học về.

Lesson 34

E Sakura-san, when will you be coming here? I will go back to Japan around September 5th, but I am okay until then.

❶ Do you remember how we often talked about wearing ao dais together and walking through the town? I have already bought an ao dai. My mother said we should buy one for you, so we went to buy one together. It is pink, your favorite color. I often wear a blue one. We should walk through Hanoi together. ❷ There are many tasty things to eat, so let's eat different things. I hope to hear from you soon.

C 樱什么时候来这里？我 9 月 5 好前后回日本，在这之前没问题吧。

❶你常说"穿越式旗袍一起在街上走"，越式旗袍已经买好了。我妈妈说"送给樱做礼物"，我跟妈妈俩去买的。颜色是粉色的，是樱喜欢的颜色。我经常穿蓝色的。我们穿着一起在河内街上走吧。 ❷有很多好吃的，一起去吃各种的小吃吧。

Ⓥ Bạn Sakura ơi, khi nào bạn sang đây vậy? Mình thì khoảng mồng 5 tháng 9 sẽ quay lại Nhật Bản, trước đó thì lúc nào cũng được.

❶ Bọn mình hay nói chuyện rằng "Cùng mặc ào dái dạo phố đi nhé". Mình đã mua áo dài cho bạn rồi. Mẹ mình bảo "Tặng cho bạn Sakura đi", cho nên hai mẹ con cùng đi mua. Áo dài đó màu hồng. Là màu sắc bạn thích. Mình thì hay mặc bộ màu xanh. Cùng nhau dạo phố Hà Nội đi nhé. ❷ Có nhiều đồ ăn ngon, mình đi ăn nhiều thứ đi. Thế, bạn gửi e-mail lại cho mình nhé.

Lesson ㉟

Ⓔ Yesterday, I went to Sakura-san's home to play. I go to her house occasionally, so I know her whole family. ❶ However, there was a person I did not know yesterday, so I asked, "Who is that individual?" This person was her little sister's piano teacher. ❷ Sakura-san said "She is still a student at a musical college, and she is young. She is about the same age as us. But she is always energetic and interesting, and she is a good teacher." About five minutes later, they began practicing.

Ⓒ 昨天去樱樱家玩了，我常去她家，所以她家人都认识我。 ❶可是昨天有个陌生人在她家。我问了一句「那位是谁？」。原来那个人是她妹妹的钢琴老师。❷樱说「她还是音乐大的学生，很可爱。跟我们岁数差不多。总是很有活力，又有情趣，是个好老师。」5 分钟后，练习开始了。

Ⓥ Hôm qua tôi đã đến nhà bạn Sakura chơi. Tôi thỉnh thoảng xuống nhà bạn ấy nên đã biết hết gia đình của bạn ấy.

❶ Tuy nhiên, hôm qua có người mà tôi chưa biết nên nhỏ giọng hỏi "Người kia là ai vậy?". Đó là cô giáo dạy piano của em gái bạn ấy. ❷ Bạn Sakura đã nói là "Cô ấy vẫn là sinh viên trường đại học âm nhạc và còn trẻ. Cô ấy gần bằng tuổi chúng mình. Lúc nào cô ấy cũng khoẻ mạnh, vui tính và là cô giáo tốt lắm." Khoảng 5 phút sau, buổi luyện tập bắt đầu.

Lesson ㊱

Ⓔ I went to see Tanaka-san's company yesterday. There were many people in a large room. It was very quiet and not many people were talking. But everyone was working hard. Tanaka-san finished work and went outside with me. Then we ate a slightly early lunch. Tanaka-san explained, "Many people show up at noon." We talked about many things while eating. ❶ I asked Tanaka-san, "Are you enjoying your work?" ❷ Tanaka-san said, "It was difficult at first because I didn't understand anything. It still isn't easy. But it is a job I like, so it is fun."

Ⓒ 司看了一下，很大的房间里有很多人。因为非常安静，没太说话。大家都忙着干活儿。田中放下手里的工作，跟我出去了。然后吃了个早一点儿的午餐。田中说「因为 12 点人就会多起来」。我们边吃边聊了很多。❶我问田中「你工作愉快吗？」 ❷田中说「刚开始时什么也不懂，吃了不少苦。虽然现在也不轻松，不过是我喜欢的工作，所以很愉快。」

Ⓥ Hôm qua tôi đã đi xem công ty bạn Tanaka. Ở phòng lớn có nhiều người. Họ rất yên lặng, ít khi nói chuyện. Nhưng tất cả mọi người đều làm việc bận rộn. Bạn Tanaka thôi làm việc và cùng đi ra ngoài với tôi. Và chúng tôi cùng nhau ăn trưa vào thời gian hơi sớm. Bạn Tanaka bảo "12 giờ sẽ bắt đầu đông khách hơn". Chúng tôi vừa ăn vừa nói nhiều chuyện. ❶ Tôi đã hỏi bạn Tanaka là "Bạn làm việc có vui không?" ❷ Bạn Tanaka bảo "Ban đầu thì rất vất vả vì tôi không biết gì cả. Bây giờ vẫn chưa dễ đâu. Nhưng vì đo là công việc tôi thích nên tôi thấy vui lắm".

Lesson ㊲

Ⓔ On my way home from school today, we all went to a café. Carlos-san and I drank coffee. ❶ I never put anything in mine, but Carlos-san drinks his sweet. ❷ Carlos-san put a lot of sugar in his, so Sakura-san asked, "You put a lot in. About how much sugar do you always use?" Carlos san said, "Three or four spoonfuls." When everyone heard that, they said, "That isn't good for your body," and "You'll get sick doing that." Carlos-san said in a small voice, "I understand. I'll use half."

Ⓒ 今天从学校回来时，大家一起去了咖啡店。我和卡尔罗斯喝了咖啡。 ❶我一般什么也不放，卡尔罗斯却喜欢加糖喝。❷卡尔罗斯放了很多糖，樱问道「你放好多糖啊！一般放多少糖？」。卡尔罗斯回答说「3、4 勺」。听他这么一说，大家都说他「那对身体不好啊！」、「会生病的啊！」。于是卡尔罗斯便小声地说「知道了，那放一半。」。

Ⓥ Hôm nay trên đường đi học về, tôi đã đi uống nước cùng với các bạn. Tôi với bạn Carlos đã uống cà phê. ❶ Tôi thường không cho thêm gì vào cà phê, nhưng bạn Carlos thì làm thật ngọt khi uống. ❷ Lúc bạn Carlos cho nhiều đường vào cà phê, Bạn sakura hỏi "Bạn cho nhiều đường thế. Bạn thường thêm bao nhiêu vậy?". Bạn Carlos trả lời rằng "Mình thường cho thêm 3, 4 thìa đường". Nghe vậy, các bạn đều nói "Như thế sẽ không tốt cho sức khoẻ đâu.", "bạn sẽ bị bệnh đấy". Bạn Carlos nói lại bằng giọng nhỏ "Mình hiểu rồi. Mình sẽ bớt cho nửa".

Lesson ㊳

Ⓔ We have one dog at my house. ❶ It is a boy named Kuro. Kuro is always energetic, and he loves walks. Whenever someone goes outside, he always runs to the entrance. When he's left home, he lets out a small whimper. That must be Kuro talking. "I want to go with you…" is what he's saying. Kuro is always near our side. Even when we don't say anything, Kuro looks at us and can figure something out. ❷ CFor example, when we aren't feeling energetic, Kuro sees that and loses his energy himself. That is because Kuro is part of our family.

C 我家有一条狗。❶狗的名字叫黑黑，是条公的。黑黑总是精神头十足，非常喜欢散步。谁要是出去时，它就会马上跑到门口。一个人在家时它就会弱弱地发出「嗯～」的声音，这大概就是黑黑的语言吧。它在说我也想一起去……。黑黑总是围着我们转，即使我们什么也不说的时候，黑黑也一直看着我们，好像明白什么似的。❷比如当我们没精神时，黑黑看我们的样子，它也没精神了。那是因为黑黑就是我们家里的一员。

V Nhà tôi nuôi một con chó. ❶ Đó là chó đực mang tên là Kuro. Kuro lúc nào cũng khoẻ mạnh và rất thích đi dạo. Kuro luôn chạy đến cửa ra vào khi ai đó đi ra ngoài. Lúc phải ở lại nhà, chú rên ư ử nhỏ. Chắc đó là lời nói của Kuro. "Tôi muốn đi cùng…"Kuro nói vậy. Kuro lúc nào cũng ở bên chúng tôi. Và ngay cả khi chúng tôi không nói gì, Kuro cũng có thể biết được chuyện bằng cách nhìn chúng tôi. ❷ Ví dụ, khi chúng tôi không được khoẻ, Kuro nhìn thế là trở nên không khoẻ theo. Đó là vì Kuro là một thành viên của gia đình chúng tôi.

Lesson 39

E A woman named Costa came to university today. ❶ She was a very tall person, but her voice was cute. ❷ Costa-san asked us in Japanese if Aoki-sensei was present. Aoki-sensei was not there at the time, so Wang-san and I talked to her for a little bit. Costa-san was also an exchange student at this university. She came to Japan from Brazil ten years ago, studied Japanese for four years, then studied to become a Japanese teacher for two years. After that, she returned to her country and became a Japanese teacher. She came with her family to Japan yesterday and will be in Japan until the 25th.

C 今天大学来的一名叫科斯塔的女的。❶个子很高，声音很可爱。❷卡斯塔用日语问我们「青木老师在吗？」那时青木老师不在，所以我和王同学跟她说了一会儿话。卡斯塔以前也是这个大学的留学生，10 年前从巴西来日本，学了四年日语，然后又学了两年日语教师课程，后来回国成了一名日语教师。昨天跟家人一起来到日本，在日本呆到 25 号。

V Hôm nay một người phụ nữ tên là Costa đến trường đại học. ❶ Là một người rất cao và có giọng nói dễ thương. ❷ Chị Costa hỏi chúng tôi bằng tiếng Nhật là "Thầy Aoki có ở đây không ạ?" Lúc đó thầy Aoki đi vắng, cho nên tôi và bạn Wang nói chuyện một chút với chị ấy. Chị Costa cũng đã từng là lưu học sinh trường đại học này. 10 năm trước chị ấy đến Nhật từ Braxin và học tiếng Nhật 4 năm, rồi học thêm 2 năm để làm giáo viên tiếng Nhật. Rồi sau đó chị ấy về nước và trở thành giáo viên tiếng Nhật. Hôm qua chị ấy đã sang Nhật với gia đình và sẽ ở lại Nhật đến ngày 25.

Lesson 40

E Today, we had a party in my room. Six of my friends from class came and it was very lively. ❶ I do not know how to cook, but I made something while looking at a book. I asked my mother too and made food from my country for the first time. Everyone said "It's delicious," but someone asked "Did you make all of this yourself?" I said "This is just the food that I make all the time (It was really my first time). I don't know how to make any other food." That person said "Is that so. Well, your country's food is truly delicious." ❷ I said "Yes. The food my mother makes is the best in the world."

C 昨天在我家搞了一个派对，来了 6 个同班好友，非常热闹。❶我不会做饭，一边看书，一边做，还向我妈妈咨询，头一次做了家乡菜。大家都说「太好吃了！」。也有人问我「这都是你做的吗？」，我回答说「只做了我经常做的料理（其实，今天是第一次做），别的料理不会做。」，对方说「是吗！不过你的家乡菜做得真的太好吃了！」。❷妈妈做的菜是世界第一。」

V Hôm nay tôi đã tổ chức liên hoan tại phòng tôi. 6 người bạn cùng lớp đến chơi, thật là náo nhiệt. ❶ Tôi không biết nấu ăn nhưng vừa xem sách vừa làm. Tôi cũng hỏi cả mẹ để nấu cả những món của nước mình lần đầu tiên. Mọi người khen "Ngon đấy.", nhưng cũng có bạn hỏi là "Cái này toàn bộ là tự nấu à?". Tôi đã trả lời là "Chỉ toàn là món hay nấu thôi mà (Thật sự thì hôm nay mới là lần đầu tiên nấu). Các món ăn khác thì tôi không biết nấu đâu."Và bạn ấy nói lại là "Thế à, mà món ăn nước bạn ngon thật đấy." ❷ Tôi đã nói lại "Đúng thế, món ăn mẹ tôi nấu là ngon nhất thế giới."

ふくしゅうの こたえ Review Answers／复习答案／ Đáp án bài ôn tập　　§4 (Lesson 31-40)

I ❶d ❷e ❸a ❹f ❺c ❻g　　**II** ❶b ❷b ❸b ❹c ❺b ❻d

III ❶f ❷d ❸b ❹g ❺a ❻e

PART 2

実践！読解トレーニング
じっせん　どっかい
情報編
じょうほうへん

Try it for Real! Reading Comprehension Training
Information Section

实践！读解训练
情报篇

Thực tiễn! Luyện tập đọc hiểu
Tập Thông tin

Lesson
41 何日が 安いですか。
（なんにち　　　やす）

What Day is it Cheap?
哪天便宜?
Mua vào ngày nào sẽ rẻ nhất?

　ぎゅうにくと バナナと とうふを おなじ 日に 買いたいです。何日が 安い
（ひ　　か　　　　　　　なんにち　　やす）
ですか。

（You want to buy beef, bananas, and tofu on the same day. What day is it cheapest to do so?／牛肉、香蕉和豆腐想同一天买，哪天便宜? ／Nếu muốn mua thịt bò, chuối và đậu phụ vào cùng một ngày thì mua vào ngày nào sẽ rẻ nhất.）

① 3月 31日（月）
② 4月 3日（木）
③ 4月 7日（月）
④ 4月 15日（火）

スーパーふじや
午前9時〜午後10時
（ごぜん　じ　ごご　　じ）

→ p124 に つづく

Lesson 42 できる しごとは どれですか。

What job can Carlos-san do?
能做的工作是哪些?
Công việc có thể làm được là
công việc nào?

カルロスさんが できる しごとは どれですか。

(What job can Carlos-san do?／卡尔罗斯能做的工作是哪些?／Công việc mà bạn Carlos có thể làm được là công việc nào?)

カルロスさんは……

(Carlos-san...／卡尔罗斯……／Bạn Carlos)

A　週2日、火よう日と　金よう日に　はたらきます。

(Works two days a week, Tuesday and Friday.／一周两次，周二和周五打工。／Đi làm 2 ngày một tuần vào Thứ 3 và Thứ 6.)

B　えいごは　あまり　じょうずではありません。

(Is not very good at English.／英语说得不太好。／Nói tiếng Anh không giỏi lắm.)

C　大学の　りゅうがくせいです。19 さいです。

(Is a college exchange student. He is 29 years old.／是大学留学生，19岁。／Là lưu học sinh đại học. Năm nay 19 tuổi.)

D　スポーツが　大好きです。

(Loves sports.／非常喜欢运动。／Rất thích chơi thể thao.)

しごと★ INFO

わたしたちと　いっしょに　はたらきませんか。

①
・20 さい以上のかた
・パソコンのできるかた

②
・みせや学校などの
　そうじをします。
・週2日以上、
　お好きなよう日でOK！

③
・子どもにえいごを教える
　しごとです。
・月〜金の中から
　週2日以上。

④
・にもつをはこに入れて
　送るしごとです。
・週3日以上。

→ p.125 に つづく

Lesson 41 Answers

Vocabulary

□ 同じ日に *onajihi ni* ： the same day／同一天／ vào cùng một ngày

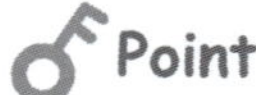

Point

Ⓔ All three can be purchased for cheap, but confirm the period and day for each one in order.
Ⓒ 三个都能便宜买到吗？按照期间、周几的顺序确认一下吧。
Ⓥ Hãy kiểm tra liệu có thể mua rẻ cả 3 thứ hay không vào thời gian và ngày thứ mấy trong tuần đó.

こたえ ②

スーパーふじや

午前9時～午後10時

安い！
ABCぎゅうにゅう
180円
4月1日～4月20日
（Milk／牛奶／ sữa）

安い！
アサヒしょうゆ
280円
※お一人さま2本まで
3月28日～4月15日
（Soy Sauce／酱油／ nước tương）
（※ Maximum of two per customer／一个人只能买两瓶／ mỗi người tối đa 2 chai）

安い！
たまご
250円
4月1日～4月30日
（Eggs／鸡蛋／ trứng）

安い！
とうふ
110円
3月28日～4月7日
（Tofu／豆腐／ đậu phụ）

毎週安い！

火木は	「おにくの日」	10% OFF
水金は	「さかなの日」	10% OFF
月木は	「くだものの日」	10% OFF
水土は	「やさいの日」	10% OFF

おにく：Meat／肉／ thịt
さかな：Fish／鱼／ cá
くだもの：Fruit／水果／ hoa quả
やさい：Vegetables／蔬菜／ rau củ

Lesson 42 Answers

Vocabulary

□ スポーツ　*supōtsu*：sports／运动／thể thao　　□ いれます　*iremasu*：to put inside／放入／bỏ

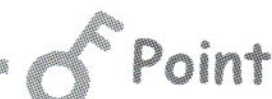

Point

Ⓔ He is "英語は あまり じょうず ではありません (not very good at English)," so he is not suited for a job "英語を 教える (teaching English)」. Also, ignore information that has no significance.

Ⓒ 因为「英語は あまり じょうず ではありません（英语不太好）」，所以不适合做「英語を 教える（教英语）」的工作。忽视不相关的情报吧。

Ⓥ Vì "英語は あまり じょうず ではありません (nói tiếng Anh không giỏi lắm)" nên công việc "英語を 教える (dạy tiếng Anh)" không phù hợp với bạn Carlos. Hãy bỏ qua những thông tin không liên quan.

こたえ ②

しごと★INFO

わたしたちと　いっしょに　はたらきませんか。

Won't you work with us?
／跟我们一起干吧。
／Cùng nhau làm việc với chúng tôi.

①
- 20 さい以上（いじょう）のかた
- パソコンのできるかた

Age twenty or above／20岁以上的／Trên 20 tuổi
Capable of using a computer／会电脑的／Có thể sử dụng máy tính

②
- みせや学校（がっこう）などの そうじをします。
- 週（しゅう）２日（ふつか）以上（いじょう）、お好（す）きなよう日（び）で OK！

Involves cleaning stores, schools, and more.
／清扫商店或学校等。／Dọn dẹp cửa hàng hoặc nhà trường
Two or more days a week, you can choose what days!
／一周两天以上，哪天都可以。
／2 ngày một tuần hoặc hơn. Có thể chọn những ngày phù hợp!

③
- 子（こ）どもにえいごを教（おし）える しごとです。
- 月（げつ）～金（きん）の中（なか）から 週（しゅう）２日（ふつか）以上（いじょう）。

A job teaching English to children.
／是教小孩儿英语的工作。／Dạy tiếng Anh cho trẻ em
Two or more days a week from Monday to Friday.
／从周一到周五，一周两天以上。
／2 ngày hoặc hơn từ Thứ 2 đến Thứ 6

④
- にもつをはこに入（い）れて 送（おく）るしごとです。
- 週（しゅう）３日（か）以上（いじょう）。

A job packing boxes and sending them.
／是包装运送的工作。
／Bỏ đồ đạc vào hộp và gửi đi
Three or more days a week.
／一周三天以上。
／3 ngày một tuần hoặc hơn

Lesson
43 どの へやが いいですか。

What Room is Good?
你想住什么样的房间？
Chọn phòng nào?

田中さんは　かぞくで　りょこうに　行きます。おとうさん、おかあさん、あい子ちゃん（５さい）の３人です。ホテルの　へやは　安いのが　いいです。また、ちょうしょくは、ホテルで　食べたいです。どの　へやが　いいですか。

(Tanaka-san is going on a family trip. They would like a cheap hotel room. Three people, my Father, my Mother, and Aiko (5 years old). They would also like to eat breakfast at the hotel. What room is good?／田中跟家人去旅行。爸爸、妈妈、爱子（5岁）三个人。饭店的房间便宜点儿的好。想要带早餐的，哪个房间好呢？／ Bạn Tanaka sẽ đi du lịch với gia đình. Có 3 người: bố, mẹ và bé Aiko (5 tuổi). Bạn ấy muốn chọn phòng khách sạn rẻ. Và muốn ăn sáng ở khách sạn. Vậy bạn Tanaka sẽ chọn phòng nào?)

①
おとな　　　　10000 円
子ども　　　　 5000 円
※ちょうしょくは、お一人
1000 円です。
（12 さい以下は 500 円です。）

ちょうしょく×

②
おとな　　　　12000 円
6～12さい　 3000 円
0～5さい *むりょう

ちょうしょく○（むりょう）

③
〈3人べや〉
1へや 22000 円
※ちょうしょくは、お一人
1500 円です。
（12さい以下は *むりょうです。）

ちょうしょく×

④
〈5人べや〉
1へや 23000 円

ちょうしょく○（むりょう）

*むりょう：0 円

→ p.128 に つづく

Lesson 44 だれが できますか。

Who can Do It?
谁会V(能V)?
Ai có thể thực hiện được?

A～Dの　4人に「こうえんで　何が　したいですか。」と　聞きました。だれが　できますか。

(4 people, A～D, were asked "What do you want to do at the park?" Who can do what they want?／问了 A～D 的　4 个人「在公园里想干什么？」。谁来回答？／Hỏi 4 người bạn A～ D rằng "bạn muốn làm gì ở công viên?". Ai trong số họ có thể thực hiện được điều mình muốn?)

A　子どもたちと　じてんしゃで　ゆっくり　はしりたいです。

(I want to slowly ride around on a bike with children.／想跟孩子们在公园慢慢地骑自行车。／ Tôi muốn đạp xe thong thả với lũ trẻ.)

B　サッカーの　れんしゅうを　したいです。

(I want to practice soccer.／想练习踢足球。／ Tôi muốn luyện tập đá bóng.)

C　古くなった　ふくや　本などを　安く　うりたいです。

(I want to sell old items like clothes and books for cheap.／想便宜卖旧衣服及旧书等。／ Tôi muốn bán quần áo hoặc sách cũ với giá rẻ.)

D　サクラを　見ながら、みんなで　ひるごはんを　食べたいです。

(I want to watch the cherry blossoms while eating lunch with everyone.／想一边赏樱花，一边跟大家一起吃午饭。／ Tôi muốn vừa xem hoa anh đào vừa ăn bữa trưa cùng mọi người.)

こうえんを　つかう　みなさまへ

こうえんは　みんなの　ものです。たいせつに　つかいましょう。

～こうえんの ＊ ルール～

○ ちかくに　すんでいる　人が　います。大きな　おとを　出さないで　ください。

○ ごみは　もち帰って　ください。

○ こうえんの　中で　ものを　うらないで　ください。

○ ボールを　つかって　あそばないで　ください。

○ こうえんの　中で　おさけは　飲まないで　ください。

○ ひを　つかったり、いけに　入ったりしないで　ください。

○ こうえんの　中の　はなや　さかななどを　とらないで　ください。

○ こうえんの　中で　じてんしゃに　のらないで　ください。

⟶ p.129 に つづく

Lesson 43 Answers

Vocabulary

□ おとな　*otona*：adult／大人／người lớn

Point

Ⓔ There are two factors the price is based on, the type of person (how many people, adult or child, etc.) and room.

Ⓒ 价格的标准有两种，一种是按人记算（几个人、大人还是小孩等），另一种是按房间记算。

Ⓥ Có 2 trường hợp: tiêu chuẩn tính tiền theo số người (số người và người lớn hay trẻ em v.v..); tiêu chuẩn tính tiền theo số phòng.

こたえ ④

①

Adults／大人／người lớn

おとな　10000円
子ども　5000円
※ちょうしょくは、お一人1000円です。
（12さい以下は500円です。）

Breakfast is 1,000 yen a person.
／早餐一个人 1000日元。
／Bữa ăn sáng 1.000 yên/người.

500 yen for 12 and under.
／12岁一下为 500日元。
／500 yên/trẻ em dưới 12 tuổi

ちょうしょく×

②

おとな　12000円
6～12さい　3000円
0～5さい＊むりょう

ちょうしょく○

③

1 Room／一个房间
／Phòng dành cho 3 người

3-person room
／三人间／một phòng

〈3人べや〉
1へや　22000円
※ちょうしょくは、お一人1500円です。
（12さい以下は＊むりょうです。）

ちょうしょく×

④

〈5人べや〉
1へや　23000円

ちょうしょく○

Lesson ㊹ Answers

Vocabulary

☐ はしります　*hashirimasu*：to drive／跑／chạy

☐ もち帰ります　*mochikaerimasu*：to bring home／带回／mang về

☐ とります　*torimasu*：to capture; to take; to harvest／摘取、捕捉／bắt, hái

---

🔑 **Point**

Ⓔ 「じてんしゃで はしる」means to get in a car, and「サッカー」means to kick a ball. These are indirectly represented.

Ⓒ 「じてんしゃで はしる」是「骑自行车」的意思。「サッカー」是「踢足球」的意思。是间接表示。

Ⓥ 「じてんしゃで はしる」có nghĩa là "đi xe đạp", còn「サッカー」có nghĩa là "sử dụng bóng". Những từ đó biểu thị ý đó một cách gián tiếp.

こたえ D

Dear Park Visitors／公园利用须知／Gửi cho quý vị sử dụng công viên

こうえんを　つかう　みなさまへ

こうえんは　みんなの　ものです。たいせつに　つかいましょう。

The park is for everyone. Please use it with care.／公园是大家共用的，请注意保持。／Công viên này là của tất cả mọi người. Hãy sử dụng giữ gìn cẩn thận.

～こうえんの ＊ルール～

○ ちかくに　すんでいる　人が　います。大きな　おとを　出さないで　ください。

People live nearby. Please do not make loud noises.／周围有住家，请不要大声喧哗。／Gần đây có nhà người dân. Đừng phát ra tiếng động lớn.

○ ごみは　もち帰って　ください。

Please take your trash home with you.／垃圾请各自带回去。／Hãy mang rác về.

○ こうえんの　中で　ものを　うらないで　ください。

Please do not sell things inside the park.／请不要在公园里卖东西。／Không bán đồ ở trong công viên.

○ ボールを　つかって　あそばないで　ください。

Please do not play with balls.／请不要在公园打球。／Không sử dụng bóng khi chơi.

○ こうえんの　中で　おさけは　飲まないで　ください。

Please do not drink alcohol in the park.／请不要在公园里喝酒。／Không uống rượu ở trong công viên.

○ ひを　つかったり、いけに　入ったりしないで　ください。

Please do not use fire or enter the pond.／要用火及进入池塘里／Không sử dụng lửa hoặc lội xuống ao.

○ こうえんの　中の　はなや　さかななどを　とらないで　ください。

○ こうえんの　中で　じてんしゃに　のらないで　ください。

Please do not ride bicycles inside the park.／请不要在公园里骑自行车。／Không đi xe đạp ở trong công viên.

Please do not take flowers or fish from inside the park.／请不要在公园里摘花及捉鱼等。／Không bắt cá hoặc hái hoa trong công viên.

Lesson
45 どの きょうしつに 行きますか。

What Classes Will You Go to?
去哪个教室（你想学什么）?
Nên tham gia lớp học nào?

ワンさんは、どの きょうしつに 行きますか。

（What classes will Wang-san go to?／王同学，你去哪个教室（你想学什么）？ ／ Bạn Wang sẽ tham gia lớp học nào?）

ワンさんは……

（Wang-san...／王同学……／ Bạn Wang）

A　日本の マンガが すきです。
（Likes Japanese manga／喜欢日本的漫画。／ Rất thích truyện tranh Nhật Bản.）

B　大学で 日本語を べんきょうして います。
（Studies Japanese in college／在大学学日语。／ Đang học tiếng Nhật ở trường đại học.）

C　日本人の 友だちが ほしいです。
（Wants Japanese friends／想交日本的朋友。／ Muốn có bạn người Nhật.）

D　日本の りょうりを じぶんで つくりたいです。
（Wants to make Japanese food independently／想自己做日本料理。／ Muốn tự nấu món ăn Nhật Bản.）

E　日よう日しか 行けません。
（Cannot go on Sundays／只有星期天能去。／ Chỉ có thể tham gia vào Chủ Nhật.）

F　パソコンは よく つかって います。
（Often uses a computer／经常用电脑。／ Thường xuyên sử dụng máy tính.）

G　えいごが わかります。
（Understands English／会英语。／ Biết tiếng Anh.）

あさひまちは、いろいろな きょうしつを やっています。
いっしょに べんきょうしましょう。

① はじめての パソコン

これから パソコンを おぼえたい
人に。

毎週日よう日・12回
まいしゅうにち　　び　　　かい

② にほんご de ともだち

日本語で
にほんご
たのしく 話しましょう！
　　　はな

毎週土よう日・一年間
まいしゅうど　　び　　いちねんかん

③ はじめての 日本料理
　　　　　に ほんりょう り

おいしくて からだにも いい 日本料理
を いっしょに つくりましょう。
　　　　　　　　　　　に ほんりょう り

毎週日よう日・16回
まいしゅうにち　　び　　　かい

※じゅぎょうは えいごで やります。

④ みんなの マンガ きょうしつ

じぶんで マンガを かいて
みませんか。

毎週土よう日・12回
まいしゅうど　　び　　　かい

Lesson 45 Answers

Vocabulary

□ やります（＝します）　*yarimasu*：to do／做、干／làm

🔑 **Point**

Ⓔ Make sure to carefully understand the meaning of D「じぶんで」and E「〜しか…ません」. Also, F「パソコンは よく つかっています」allows you to realize that the beginners' class that is ① would not be a good match.

Ⓒ 好好抓住 D「じぶんで」及 E「〜しか …ません」的意思。F「パソコンは よく つかっています（经常用电脑）」，所以不符合面向入门的①。

Ⓥ Cần nắm bắt ý nghĩa của "tự mình" trong câu D hoặc "chỉ … thôi" trong câu E. Ngoài ra, dựa trên câu F "Thường xuyên sử dụng máy tính", có thể biết được rằng lớp học nhập môn như ① không phù hợp với bạn Wang.

こたえ ③

There are many classrooms in Asahi-machi. Let's study together.
／朝日町有各种教室（各种讲座）。我们一起学吧（一起参加吧）。
／Hãy cùng nhau học tập.Thành phố Asahi-machi đang mở nhiều lớp học.

**あさひまちは、いろいろな きょうしつを やっています。
いっしょに べんきょうしましょう。**

① Computers for Beginners／电脑入门／Máy tính đầu tiên

はじめての パソコン

これから パソコンを おぼえたい 人に。

For people who want to begin learning about computers.／
想学电脑的人。／Dành cho những người mới bắt đầu sử dụng máy tính

毎週日よう日・12回
まいしゅうにち　び　　かい

② にほんご de ともだち

日本語で
にほんご
たのしく 話しましょう！
はな

毎週土よう日・一年間
まいしゅう　ど　　び　　いちねんかん

Let's have fun speaking Japanese!／用日语愉快地交流吧。
／Cùng nhau trò chuyện bằng tiếng Nhật!

③ Japanese Cooking for Beginners
／日本料理入门／Món ăn Nhật Bản đầu tiên

はじめての 日本料理
に ほんりょうり

おいしくて からだにも いい 日本料理
にほんりょうり
を いっしょに つくりましょう。

毎週日よう日・16回
まいしゅうにち　び　　かい

※じゅぎょうは えいごで やります。

Let's make Japanese food that is tasty and good for your body.
／一起做既好吃又健康的日本料理吧。
／Cùng nhau nấu món ăn Nhật Bản vừa ngon vừa tốt cho sức khoẻ.

④ みんなの マンガ きょうしつ

じぶんで マンガを かいて みませんか。

毎週土よう日・12回
まいしゅう　ど　　び　　かい

Why not try drawing manga by yourself?
／自己画漫画儿试试看怎么样？　／Hãy thử tự vẽ truyện tranh.

Classes will be held in English.
／用英语上课。／Sẽ giảng bài bằng tiếng Anh.

● 著者

水谷 信子

（お茶の水女子大学・明海大学名誉教授、元アメリカ・カナダ大学連合日本研究センター教授）

レイアウト・DTP	オッコの木スタジオ
カバーデザイン	花本浩一
本文イラスト	杉本智恵美
翻訳	Alex Ko Ransom
	司馬黎／近藤美佳
編集協力	黒岩しづ可／高橋尚子

ご意見・ご感想は下記の URL までお寄せください。
http://www.jresearch.co.jp/contact/

日本語 N5　文法・読解まるごとマスター

平成29年（2017 年）　8 月 10 日　初版 第 1 刷発行
令和元年（2019 年）　7 月 10 日　　　第 2 刷発行

著　者	水谷信子
発行人	福田富与
発行所	有限会社 J リサーチ出版
	〒 166-0002　東京都杉並区高円寺北 2-29-14-705
電　話	03(6808)8801（代）　FAX 03(5364)5310
編集部	03(6808)8806
	http://www.jresearch.co.jp
	twitter 公式アカウント　@ Jresearch_
	https://twitter.com/Jresearch_
印刷所	中央精版印刷株式会社

ISBN 978-4-86392-351-5
禁無断転載。なお、乱丁、落丁はお取り替えいたします。